ഇബുബ

ibooba
balasahithyam

•

biju marakkulam

•

first edition
october 2014

•

second edition
february 2017

•

typesetting & published
chintha publishers, thiruvananthapuram

•

printed
repro india ltd, mumbai

•

cover & illustration
ajay kannadi

•

price

വിതരണം

ദേശാഭിമാനി ബുക്ക് ഹൗസ്

H O തിരുവനന്തപുരം–695 035
Ph: 0471-2303026, 6063020
www.chinthapublishers.com
chinthapublishers@gmail.com

ബ്രാഞ്ചുകൾ

ഹെഡ്ഡാഫീസ് ബ്രാഞ്ച് കുന്നുകുഴി • സ്റ്റാച്യു തിരുവനന്തപുരം • കെ എസ് ആർ ടി സി ബസ് സ്റ്റേഷൻ ആലപ്പുഴ • കെ എസ് ആർ ടി സി ബസ് സ്റ്റേഷൻ എറണാകുളം • മച്ചിങ്ങൽ ലെയ്ൻ തൃശൂർ • ഐ ജി റോഡ് കോഴിക്കോട് • മാവൂർ റോഡ് കോഴിക്കോട് • എൻ ജി ഒ യൂണിയൻ ബിൽഡിങ് കണ്ണൂർ • സെൻട്രൽ ബസ് ടെർമിനൽ കോംപ്ലക്സ് താവക്കര കണ്ണൂർ

CR - 1585 / 4092
ISBN - 978-93-83903-96-2

ഇബ്ബൂബ
ബാലനോവൽ

ബിജു മരക്കുളം

ചിന്ത പബ്ലിഷേഴ്സ്
തിരുവനന്തപുരം-695 035

ബിജു മരക്കുളം

കൊല്ലം ജില്ലയിലെ ചാത്തന്നൂരിൽ മരക്കുളം ഗ്രാമത്തിൽ ജനിച്ചു. അച്ഛൻ: ജി കരുണാകരൻ, അമ്മ: പി പൊന്നമ്മ. ഇടനാട് എൽ പി എസ്, കെ കെ പി എം യു പി എസ്, ചാത്തന്നൂർ എൻ എസ് എസ് എച്ച് എസ് എന്നിവിടങ്ങ ളിൽ പ്രാഥമിക വിദ്യാഭ്യാസം. ചാത്തന്നൂർ എസ് എൻ കോളേജിൽ പ്രീഡിഗ്രി പഠനം. ഷൊർണൂർ ഗവ. പോളിടെ ക്നിക്കിൽനിന്നും ഇലക്ട്രോണിക്സിൽ എൻജിനീയറിങ് ഡിപ്ലോമ പാസായി. ഇപ്പോൾ മൃഗസംരക്ഷണ വകുപ്പിൽ ഉദ്യോഗസ്ഥൻ. ഇബ്ബുബ ആദ്യ നോവൽ.

ഭാര്യ	:	സുജിമോൾ
മക്കൾ	:	ബി എസ് കാർത്തിക്, ബി എസ് കിരൺ
വിലാസം	:	പ്രദീപ് വിലാസം
		അടുത്തല പി ഒ
		മരക്കുളം
		കൊല്ലം – 691579
ഫോൺ	:	9562292693

ഒന്ന്

കാട്ടുവള്ളികളിൽ കുരുത്തോലകൾകൊണ്ട് അലങ്കാരപ്പണി കൾ നടത്തുന്ന തിരക്കിലാണ് ചിമ്പുക്കുരങ്ങനും കൂട്ടരും. വന മഹോസവ ആഘോഷങ്ങൾക്കായി ഇബൂബയെ മോടി പിടിപ്പി ക്കുന്നതിന്റെ ചുമതല അവർക്കാണ്.

കൊമ്പനാനകൾ മുതൽ കുഞ്ഞനുറുമ്പുകൾ വരെയുള്ള സകല ജീവജാലങ്ങളും പക്ഷികളുമെല്ലാം ഇത്തവണത്തെ ആഘോഷം ഗംഭീരമാക്കുന്നതിനുള്ള പരിശ്രമത്തിലാണ്. ജിംബി മലയിലാണ് ആഘോഷങ്ങൾ സംഘടിപ്പിച്ചിരിക്കുന്നത്.

ഹോസി നദിയാൽ ചുറ്റപ്പെട്ട് കണ്ണെത്താദൂരത്തോളം വ്യാപിച്ചു കിടക്കുന്ന ഘോര വനമേഖലയാണ് ഇബൂബ. കാട്ടിലെ ശക്തനായ സിംഹം തന്നെയാണ് ഇബൂബയിലേയും ഭരണാധി പതി– സടകൻ സിംഹം. മന്ത്രിപദം അലങ്കരിക്കുന്നതാകട്ടെ, എത്ര ഉയരത്തിൽ പറന്നാലും ഇങ്ങ് താഴെയുള്ള ഒരു കുഞ്ഞ നുറുമ്പിനെപ്പോലും കാണാൻ ശേഷിയുള്ള പറക്കൽ പരുന്തും. കൂടാതെ ഓരോ ജീവിവർഗത്തിനും അവരുടേതായ ഒരു നേതാ വുമുണ്ട്. ആനകളുടെ നേതാവാണ് മസ്തകൻ. പുലികളുടെ നേ താവ് ചീറ്റൻപുലി. മാനുകളുടേത് പിന്റുമാൻ. ഇങ്ങനെ ഉറുമ്പു കൾക്കു വരെയുണ്ട് എല്ലാറ്റിനും നേതൃത്വം നൽകാൻ ഒരാൾ. വിസ്തൃതി കുറവെങ്കിലും ശാസ്ത്ര–സാങ്കേതിക രംഗങ്ങളിൽ

ദിനംപ്രതി മുന്നേറിക്കൊണ്ടിരിക്കുന്ന സിനോന എന്ന കൊച്ചു രാജ്യമാണ് ഇബൂബയുടെ ഏക അയൽരാജ്യം.

"എടാ സുപ്രാ.... ആ കുരു ത്തോല കുറച്ചിങ്ങെടുത്തേ" സ്വന്തം വാൽ ഭംഗിയുള്ള പൂക്കൾകൊണ്ട് അല ങ്കരിക്കുകയായിരുന്ന

സുപ്രനോട് ചിമ്പു വിളിച്ചു പറ ഞ്ഞു.
"ഒന്ന് സുന്ദരനാവാനും സമ്മതിക്കത്തില്ലേടേയ്..." കുറേ കുരുത്തോലകൾ വാരി സുപ്രൻ ചിമ്പുവിന്റെ മുന്നിലേക്കിട്ടു. അവന്റെ വാലിൽ ചൂടിയിരുന്ന പൂക്കളൊക്കെ അപ്പോഴേക്കും താഴെ വീണുകഴിഞ്ഞിരുന്നു. തിരികെയെത്തി അവ വീണ്ടും കെട്ടിവയ്ക്കാനുള്ള ശ്രമമാരംഭിച്ചു സുപ്രൻ.

അപ്പോഴാണ് കുരുത്തോലക്കെട്ടുകളുമായി മസ്തകൻ ആനയും കൂട്ടരും അവിടേക്കു വന്നത്. ഓലകൾ വാനരന്മാർക്കു മുന്നിലേക്കിട്ട് അലങ്കാരപ്പണികൾ നോക്കിക്കൊണ്ട് അവർ മാറി നിന്നു.

"മസ്തകൻ ചേട്ടോ.... വൈകിട്ടെന്താ പരിപാടി?" ഒരു മര ക്കൊമ്പിലേക്ക് വള്ളികൾ ചുറ്റിപ്പിണച്ചുകൊണ്ട് ചിമ്പു ഉറക്കെ വിളിച്ചു ചോദിച്ചു.

മസ്തകൻ ഒന്നും മിണ്ടാതെ അൽപ്പനേരം ശങ്കിച്ചുനിന്നു.

"അല്ല ചേട്ടാ... വൈകിട്ട് നിങ്ങൾ ആനകൾ എന്തൊക്കെ പരിപാടികളാണ് അവതരിപ്പിക്കുന്നത് എന്നാണ് ചോദിച്ചത്." തെല്ല് കുസൃതിയോടെ ചിമ്പു ചോദ്യം വിശദമാക്കി.

"ങ്ഹാ.. അതു ശരി." മസ്തകന് കാര്യം പിടികിട്ടി.

"ഞങ്ങൾ ഗജവീരന്മാരുടെ ചിന്നംവിളിയോടെയാണ് ആഘോഷങ്ങൾ തുടങ്ങുന്നത്. ആനകളുടെ മാരത്തോൺ ഓട്ടം, ആനയും ഉറുമ്പും കളി, ഓടിക്കൊണ്ട് തുമ്പിക്കയ്യിൽ വെള്ളം നിറയ്ക്കൽ, ആനകളും ആടുകളുമായുള്ള വടംവലി എന്നിവ യൊക്കെയാണ് ഞങ്ങളുടെ പ്രധാന ഇനങ്ങൾ."

"പിന്നെ, പുതിയൊരു സംഗതി കൂടി ഇത്തവണ അവതരിപ്പി ക്കുന്നുണ്ട്."

"അതെന്താണ് ചേട്ടാ പുതിയ കാര്യം." സുപ്രനാണത് ചോദി ച്ചത്.

"മയിലുകളെ നൃത്തം ചെയ്യിക്കുന്നതിനുള്ള കൃത്രിമ മഴ പെയ്യിക്കുന്നത് ഞങ്ങൾ ആനകളാണ്." മസ്തകൻ അഭിമാന ത്തോടെ പറഞ്ഞു.

"കൃത്രിമ മഴയോ? അതെങ്ങനെ?" ചിമ്പുവിന് ആകാംക്ഷ യായി.

'ഇങ്ങനെ' എന്നു പറഞ്ഞുകൊണ്ട് മസ്തകൻ അരുവി യിൽനിന്നും തുമ്പിക്കെയിൽ വെള്ളം ശേഖരിച്ച് മുകളിലേക്ക് ചീറ്റിയൊഴിച്ചു. മഴപെയ്യുംപോലെ ആകാശത്തുനിന്ന് മഴത്തുള്ളി കൾ താഴേക്ക് പതിച്ചു. അത് അവസാനിക്കും മുന്നേ മറ്റ് ആന കളും മുകളിലേക്ക് വെള്ളം ചീറ്റാൻ തുടങ്ങി. അങ്ങനെ ഗജവീ രന്മാരെല്ലാംകൂടി ഒരു പെരുമഴതന്നെ അവിടെ സൃഷ്ടിച്ചു.

"ഹായ്.... ഹായ്... മഴ.... മഴ പെയ്യുന്നേ....." നൃത്തച്ചുവടുക ളുമായി നിരവധി മയിലുകൾ അവിടേക്കോടിവന്നു. അവ പീലി കൾ വിടർത്തി അതിമനോഹരമായി നൃത്തം ചെയ്യാൻ തുടങ്ങി.

"കൂ...... കൂ...... കൂ......" മധുരസംഗീതം പൊഴിച്ചുകൊണ്ട് കുയി ലുകൾ മരച്ചില്ലുകളിലേക്ക് പറന്നിരുന്നു. 'ചിൽ ചിൽ" ചിലമ്പൊ ലിനാദവുമായി അണ്ണാറക്കണ്ണന്മാർ പശ്ചാത്തലമേളമൊരുക്കി അവർക്കൊപ്പം ചേർന്നു. വാനരന്മാരും മയിലുകൾക്കൊപ്പം നൃത്തം ചെയ്യാൻ കൂടി.

സ്വയം മറന്ന് മഴയത്തങ്ങനെ ആട്ടവും പാട്ടും തുടരുന്നതി നിടയിലാണ് കലപില ശബ്ദമുണ്ടാക്കിക്കൊണ്ട് പ്രകൃതിയുടെ ശുചീകാരികൾ –കാക്കകൾ അവിടെയെത്തിയത്.

'ക്രാ... ക്രാ....' ശബ്ദമുണ്ടാക്കിക്കൊണ്ട് അവർ ഇബ്ബുബയെ

മാലിന്യമുക്തമാക്കുന്നതിനുള്ള പണികളിൽ ഏർപ്പെട്ടു.

"നാശങ്ങൾ!! ഒന്നു നിർത്താമോ നിങ്ങളുടെ ഈ അപശ്രു തികൾ! മനസ്സ് തുറന്നൊന്ന് പാടാനും സമ്മതിക്കില്ല." കുയിലുകൾ ദേഷ്യത്തോടെ പറഞ്ഞു.

"ഹോ... ഒരു പാട്ടുകാർ വന്നിരിക്കുന്നു!! പാട്ടുംപാടി നടന്ന് വീടും കൂടുമൊന്നുമുണ്ടാക്കാതെ ഞങ്ങളുടെ കൂട്ടിലല്ലേടീ നീയൊക്കെ മുട്ടയിടുന്നത്? എന്നിട്ടും അഹങ്കാരത്തിന് യാതൊരു കുറവുമില്ല." കാക്കകളും വിട്ടുകൊടുത്തില്ല.

മുട്ടയിടുന്ന കാര്യം പറഞ്ഞതോടെ കുയിലുകൾ അകലേക്ക് പറന്നു പോയി.

"ഡ്ഢിലും ഢ്ഢിലും ഢ്ഢിലും..." കിലുക്കാംപെട്ടി കായ്കൾ കോർത്ത പാദസരങ്ങളണിഞ്ഞ് തുള്ളിച്ചാടി മാനുകൾ അവി ടെയെത്തി.

"ഇതെന്താ ചേട്ടന്മാരെ.... പരിപാടികളൊക്കെ ഇപ്പോഴേ തുട ങ്ങിയോ?" മഴ പെയ്യിച്ചുകൊണ്ടിരുന്ന ആനകളോട് പിന്റുമാൻ ചോദിച്ചു.

"തുടങ്ങിയതൊന്നുമല്ലേടീ പിന്റു.... ഒരു പരിശീലനം. അത്ര യേയുള്ളൂ... ഈഹാ...ഹാ.. കാലിൽ കൊലുസൊക്കെ അണിഞ്ഞ് നീയങ്ങ് സുന്ദരിയായല്ലോടീ." തുമ്പിക്കൈകൊണ്ട് മസ്തകൻ പിന്റുവിന്റെ ശിരസ്സിൽ തലോടി.

"ആനച്ചേട്ടന്മാരെ... ഞങ്ങൾ മാനുകൾക്ക് ഒരു ഉപകാരംകൂടി ചെയ്യണേ... ഓട്ടമത്സരം കഴിഞ്ഞ് തളർന്നെത്തുന്ന ഞങ്ങളെ ഈ ഭീമൻ വിശറിച്ചെവികൾ കൊണ്ടൊന്നു വീശിത്തരുമോ?"അവ ൾ അഭ്യർഥിച്ചു.

"ഞങ്ങൾ വീശിയാൽ നീയൊക്കെ പറന്നു പോവില്ലേടീ പിന്റു...............?" മസ്തകൻ തിരിച്ചു ചോദിച്ചു.

അതുകേട്ട് എല്ലാവരും ആർത്തു ചിരിച്ചു.

ചീറ്റകളുടെ ഒരുസംഘം മിന്നൽവേഗത്തിൽ അതുവഴി കട ന്നുപോയി.

"ചീറ്റകൾ ഓട്ടമത്സരത്തിനുള്ള പരിശീലനത്തിലാണെന്നു തോന്നുന്നു" സൂത്രൻ കുറുക്കനും സംഘവും അങ്ങോട്ടുവന്നു. അവരുടെ പിന്നാലെ മൃഗങ്ങളുടെ പല സംഘങ്ങൾ നടന്നു വരു ന്നുണ്ടായിരുന്നു. എല്ലാവരും ജിംബി മലയിലേക്കുള്ള യാത്രയി

ലാണ്.

വെറുതേ ഓടിയോടി ആരോഗ്യം കളയാനൊന്നും ഞങ്ങളി ല്ല. മനോഹരമായി കുരവയിടാൻ മാത്രമേ ഞങ്ങൾക്ക് പറ്റുകയു ള്ളൂ." കുറുക്കന്മാർ തങ്ങളുടെ നയം വ്യക്തമാക്കി.

"കുരവയാണോ .... കൂവലാണോ?" വീരൻ കരടി അവനെ കളിയാക്കി.

കമ്പുകൾ വളച്ചുകെട്ടി മരത്തോൽകൊണ്ട് പൊതിഞ്ഞ് ഇരു വശവും തുകൽ വലിച്ചുകെട്ടിയുണ്ടാക്കിയ ചെണ്ടയ്ക്ക് കോൽ നിർമിക്കുന്നതിനുള്ള ശ്രമത്തിലാണ് വീരൻ.

ബലമുള്ള ഒരു കമ്പിന്റെ അറ്റത്ത് വലിയൊരു കായ് കുത്തി യിറക്കി അവസാനം അവനത് സാധിച്ചു.

പിന്നെയതുകൊണ്ട് ചെണ്ടയിൽ അടിച്ചുനോക്കി.

"ഡും.. ഡും.. ഡും..."

ശബ്ദം പോരെന്നു തോന്നീട്ടാകാം ഇരുവശവുമുള്ള തുക ലഴിച്ച് അൽപ്പംകൂടി വലിച്ചുകെട്ടി.

കുറച്ചകലെയായി പടച്ചട്ടയണിഞ്ഞ കാണ്ടാമൃഗങ്ങൾ കാട് കുലുക്കി പൊടിപറത്തി മാർച്ച് ചെയ്തു നീങ്ങുന്നത് കാണാമാ യിരുന്നു.

"ആഘോഷങ്ങൾ നടക്കുമ്പോൾ മൃഗങ്ങളെ നിയന്ത്രിക്കു ന്നത് ഇത്തവണ അവരാണ്." കാണ്ടാമൃഗങ്ങളെ നോക്കിക്കൊണ്ട് ചിമ്പു പറഞ്ഞു.

അകലെനിന്ന് ഇഴഞ്ഞിഴഞ്ഞ് കിട്ടൻ ആമ വരുന്നുണ്ടായി രുന്നു.

"എങ്ങോട്ടാടാ കിട്ടാ നീ ഇത്ര വേഗത്തിൽ" കോലൻകൊക്ക്

അവന്റെ പുറത്തേക്ക് പറന്നിരുന്നു.

"വൈകിട്ടൊരു ഓട്ട മത്സരമുണ്ട് കൊക്കേട്ടാ. മുയലച്ചനുമായിട്ടാണ്."

"മുയലച്ചനുമായയോ? നീ ജയിച്ചതുതന്നെ."

"കളിയാക്കുക യൊന്നും വേണ്ട. എന്റെ മുതുമുത്തച്ഛന്മാർ പണ്ട് ചെയ്തതു പോലെ മുയലച്ചനെ ഉറക്കാനുള്ള ഒരു സൂത്രം ഞാനും കണ്ടു വച്ചിട്ടുണ്ട്. മത്സരം ആര് ജയിക്കുമെന്ന് അപ്പോൾ കാണാം." വെല്ലുവിളിച്ചുകൊണ്ട് കിട്ടൻ മല കയറാൻ തുടങ്ങി.

"ഞങ്ങളെപ്പോലെ മുന്നോട്ടും പിന്നോട്ടും പറക്കാൻ ആർക്കു കഴിയും?" കാട്ടുപൂക്കളിൽനിന്ന് തേൻകുടിച്ചുകൊണ്ട് ഹമ്മിങ് പക്ഷികൾ ചോദിച്ചു.

"വേണമെങ്കിൽ ഞാനൊന്നു ശ്രമിച്ചു നോക്കാം." കഴുകച്ചാ രാണത് പറഞ്ഞത്.

"അന്ന് ഞങ്ങൾ മലർന്നു പറക്കും" കറുമ്പൻ കാക്കയ്ക്ക് കഴുകച്ചാരുടെ പൊങ്ങച്ചം പറച്ചിൽ അത്ര ഇഷ്ടപ്പെട്ടില്ല.

"ഞങ്ങളെപ്പോലെ കീഴ്ക്കാം തൂക്കായി കിടക്കാൻ ആർക്ക് കഴിയും." വാവലുകൾ ഉറക്കച്ചെടവോടെ ആരാഞ്ഞു.

"ഒറ്റക്കാലിൽ നിൽക്കാൻ ഞങ്ങൾക്കേ കഴിയൂ...." കൊക്കു കൾക്കുമുണ്ടായിരുന്നു പറയാൻ.

"തീറ്റ മത്സരത്തിലാണ് ഞങ്ങൾക്ക് കമ്പം. ഒരാനയെ വേ ണമെങ്കിലും നിമിഷനേരംകൊണ്ട് ഞങ്ങൾ അകത്താക്കും." മാംസഭോജികളായ പിരാനാ മത്സ്യങ്ങൾ ജലപ്പരപ്പിന് മുകളി ലേക്ക് എത്തിനോക്കിക്കൊണ്ട് ഉച്ചത്തിൽ വിളിച്ചു പറഞ്ഞു.

"ആട്ടവും പാട്ടും മാത്രമല്ല, ഞങ്ങളുടെ സംഗീതക്കച്ചേരി യുമുണ്ട് ഇത്തവണ. ഇതാ കേട്ടോളൂ...." മലമുകളിലേക്കുള്ള ചുമ ടുകളുമായി പോയ കഴുതകൾ തിരിഞ്ഞു നിന്നു.

പിന്നെയവർ കണ്ണുകളടച്ച് 'ബേ... ബേ.....' രാഗത്തിൽ ഒരു കാച്ച് കാച്ചി.

"എങ്ങനെയുണ്ട്?" എന്ന ചോദ്യത്തോടെ കണ്ണുകൾ തുറന്ന സംഗീതജ്ഞന്മാർ കണ്ടത് ചെവികൾപൊത്തി കണ്ണുകൾ ഇറുക്കിയടച്ച് നിൽക്കുന്ന വാനരന്മാരെ മാത്രമാണ്.

"എവിടെ എല്ലാവരും?" കഴുതകൾ ചുറ്റും നോക്കി.

"അവരെല്ലാം പാട്ട് തുടങ്ങുന്നതിനു മുന്നേ ഓടി രക്ഷപ്പെട്ടു." സുപ്രൻ പൊട്ടിച്ചിരിച്ചുകൊണ്ട് പറഞ്ഞു.

"ഹും..... കലാബോധമില്ലാത്ത വർഗങ്ങള്." കഴുതകൾ മല മുകളിലേക്ക് നടന്നു.

സന്ധ്യയായതോടെ കാട്ടുവള്ളികളിലും കുരുത്തോലകളി ലുമൊക്കെ മിന്നാമിനുങ്ങുകൾ സ്ഥാനം പിടിച്ചു. വരിവരിയായി അലങ്കാര ബൾബുകൾ പിടിപ്പിച്ചതുപോലെ മിന്നിമിന്നി പ്രകാ ശിച്ചുകൊണ്ടിരുന്ന അവ ഇബൂബയാകെ പ്രകാശപൂരിതമാക്കി.

ഇബൂബയിലെ പക്ഷിമൃഗാദികളെല്ലാംതന്നെ ജിംബി മലയിൽ എത്തിച്ചേർന്നു കഴിഞ്ഞു. വനാധിപതി സടകൻ സിംഹം എത്തി യാലുടൻ ആഘോഷങ്ങൾ തുടങ്ങുകയായി.

"പ്രഭോ..... അപകടം... അപകടം..." അപ്പോഴാണ് വനവാസി കളെ ഞെട്ടിക്കുന്ന ആ വാർത്തയുമായി സുന്ദരിപ്രാവ് അവിടെ പറന്നിറങ്ങിയത്.

രണ്ട്

തേയിലക്കാടുകൾ പച്ചപുതച്ച കുന്നിൻചെരുവിനു മീതേ ഒരു ഡോണിയർവിമാനം പറന്നുവന്നു. താഴ്വാരത്തുള്ള വിശാലമായ പുൽത്തകിടിയിലേക്ക് അത് താണിറങ്ങി.

സിനോനിയൻ പ്രസിഡന്റ് റിനോച്ചയും സ്പേസ് റിസർച്ച് മേധാവി പ്രൊഫസർ കാമറൂണുമായിരുന്നു അതിനുള്ളിൽ.

രണ്ട് പതിറ്റാണ്ടിലേറെയായി സിനോനയിൽ ഏകാധിപതിയെപ്പോലെ വാഴുകയാണ് സ്വജനപക്ഷപാതിയും ജനദ്രോഹിയും സർവോപരി അഴിമതിക്കാരനുമായ റിനോച്ച. ഒരു ഭരണമാറ്റത്തിനായി മുറവിളികൂട്ടിക്കൊണ്ടിരുന്ന സിനോനിയൻ ജനതയെ തെരുവീഥികളിൽ തോക്കുകൊണ്ട് നേരിട്ട ചരിത്രമാണ് റിനോച്ചയുടേത്. എന്തിനുമേതിനും വലംകൈയായി സർവസൈന്യാധിപനായ ജനറൽ ഖുറേഷിയും.

വിമാനത്തിൽനിന്നിറങ്ങി ഇരുവരും കാത്തുകിടന്നിരുന്ന ആഡംബരക്കാറിൽ കയറി യാത്രയായി. ഹെയർപ്പിൻ വളവുകൾ പിന്നിട്ട് അതിവേഗം മുന്നോട്ടു പൊയ്ക്കൊണ്ടിരുന്ന ആ വാഹനം പ്രധാനവീഥിയിൽനിന്നും വീതി കുറഞ്ഞ മറ്റൊരു ചെറുറോഡിലേക്ക് കയറി. നിറഞ്ഞു കായ്ച ഓറഞ്ചുമരങ്ങൾക്കിടയിലൂടെ യാത്രചെയ്ത് അവർ ഒരു കൂറ്റൻ ബംഗ്ലാവിനു മുന്നിലെത്തി.

കാ ൽ
നിന്നതും ബംഗ്ലാ
വി നു ള്ളിൽ നിന്ന്
ഒരാൾ പുറത്തേക്ക് വന്നു
– ജനറൽ ഖുറേഷി.

"ഗുഡ് ഈവനിങ് സർ..... " അഭിവാദ്യം ചെയ്തുകൊണ്ട്
അദ്ദേഹം കാറിനു സമീപത്തേക്ക് ചെന്നു.

"ഗുഡ് ഈവനിങ് ജനറൽ?" ഇരുവരും ജനറലിന് ഹസ്ത
ദാനം ചെയ്തു.

ജനറൽ അവരെ ആനയിച്ച് ബംഗ്ലാവിനുള്ളിലേക്ക് കയറി.
വിശാലമായ ഇടനാഴി കടന്ന് അവർ മറുവശത്തെത്തി. അവിടെ
പുൽമേടിനു നടുവിൽ ഒരുക്കിയിരുന്ന ഇരിപ്പിടത്തിൽ മൂവരും
ആസനസ്തരായി.

ഖുറേഷിയുടെ നിർദേശം ലഭിച്ചതും വിവിധ ഫ്ലേവറുകളി
ലുള്ള ശീതളപാനീയങ്ങളുമായി ഒരു സൈനികൻ അവിടേക്ക്
വന്നു. അവ മേശമേൽ നിരത്തിവച്ച് ഗ്ലാസുകളിൽ പകർന്നശേഷം
അദ്ദേഹം തിരിച്ചുപോയി.

"എന്താണ് സർ..." അടിയന്തരമായി നേരിട്ട് പറഞ്ഞത് തന്റെ
അംഗരക്ഷകരെപ്പോലും ഒഴിവാക്കിയുള്ള പ്രസിഡന്റ്
റിനോച്ചയുടെ ഈ സന്ദർശനത്തിന്റെ ഉദ്ദേശ്യമറിയാൻ ജനറലിന്
തിടുക്കമായി.

"പറയാമെടോ.... ധൃതി വയ്ക്കാതെ. ഇത് പ്രൊഫസർ കാമ
റൂൺ. നമ്മുടെ സ്പേസ് റിസർച്ച് മേധാവി." റിനോച്ച പ്രൊഫ
സറെ ജനറലിന് പരിചയപ്പെടുത്തി.

"ഇനി കാര്യത്തിലേക്ക് കടക്കാം.... ഹോസി നദിക്ക് അക്ക
രെയുള്ള ആ കൊടുംകാടില്ലേ..... ഇബൂബ..... അത് നമ്മുടെ അധീ
നതയിലാക്കണം." റിനോച്ച നേരിട്ട് കാര്യത്തിലേക്ക് കടന്നു.

"ജനപ്പെരുപ്പം അനുദിനം വർധിച്ചു വരികയാ ണല്ലോ. എല്ലാവർക്കും പാർക്കാൻ ഇടം വേണ്ടേ? നമ്മുടെ ഈ കുഞ്ഞുരാജ്യത്തിന്റെ വലിപ്പം കൂട്ടാൻ ഇതല്ലാതെ വേറെ മാർഗമൊന്നുമില്ല. വേറൊരു കാര്യമുള്ളത്, ഇബൂബയിലെ വനസമ്പത്താണ്. നമ്മുടെ രാജ്യത്തിന്റെ വികസനപ്രവർത്ത നങ്ങൾക്ക് ഉതകുന്ന അത്യപൂർവ വൃക്ഷ ലതാദികളുടെയും ഔഷധച്ചെടികളു ടെയും കലവറ തന്നെയാണ് ആ സ്ഥലം. അതെല്ലാം നേടിയെടുത്തശേഷം കാടിനെ നാടാക്കി മാറ്റി വൻ വ്യവസായശാലകളും ഫാക്ടറികളും സൈനികത്താവളങ്ങളു മൊക്കെ സ്ഥാപിക്കും. ജനങ്ങൾക്ക് തൊഴിൽ, സമ്പത്ത്, വിശാലമായ സിനോനിയൻ സാമ്രാ ജ്യം. താങ്കൾ എന്തു പറയുന്നു?" റിനോച്ച ഖുറേഷിയുടെ മുഖത്തേക്ക് നോക്കി.

"അങ്ങയുടെ ഉദ്ദേശ്യശുദ്ധിയെ മാനിച്ചു കൊണ്ടുതന്നെ പറയട്ടെ, അസാധ്യമായ കാര്യം." ജനറൽ തറ പ്പിച്ചു പറഞ്ഞു.

"ഇബൂബയിലേക്ക് കടന്നുകയറിയാൽത്തന്നെ അവിടെ നിന്നും ഒരു മരച്ചില്ല മുറിച്ചുമാറ്റാനോ ഒരു കിളിക്കുഞ്ഞിനെ പിടിക്കാൻ പോലുമോ നമുക്കാവില്ല. കാരണം സാറിനറിയാവു ന്നതാണല്ലോ? നാം അവിടെ കാലു കുത്തിയ വിവരം പുറത്തറി ഞ്ഞാൽ ഉടനെത്തും വനസംരക്ഷണം, വന്യജീവി സംരക്ഷണം എന്നൊക്കെയുള്ള പേരിൽ ഓരോരുത്തർ. ഇബൂബയിൽനിന്ന് ഒരു ചുള്ളിക്കമ്പ് എടുക്കാൻപോലും അവർ സമ്മതിക്കില്ല." ഖുറേ ഷിയുടെ മറുപടി വളരെ പെട്ടെന്നായിരുന്നു.

"ഓ കെ താങ്കൾ പറഞ്ഞത് ശരിയാണ്. എനിക്കറിയാം... അവി ടെയാണ് എനിക്ക് താങ്കളുടെ സഹായം ആവശ്യമായി വരുന്ന ത്. പുറംലോകമറിയുന്നതിനു മുന്നേ വളരെപ്പെട്ടെന്ന് കാടിനെ നാടാക്കി മാറ്റുന്നതിന് സൈന്യത്തിനേ കഴിയൂ. അവരുടെ പക്ക ലുള്ള അത്യാധുനിക യന്ത്രങ്ങളുപയോഗിച്ച് വൃക്ഷങ്ങളും കുറ്റി ച്ചെടികളുമൊക്കെ മുറിച്ചുമാറ്റി വളരെപ്പെട്ടെന്ന് അവിടം ഒരുക്കി

യെടുക്കാൻ സാധിക്കും. വന്യജീവികളുടെ ആക്രമ
ണമുണ്ടായാൽ തോക്കുകൾകൊണ്ട് നേരിടുകയും
ചെയ്യാം. സഹായത്തിന് തൊഴിലാളികളെയും കൂട്ടാ
വുന്നതാണ്." ജനറലിന്റെ വാദമുഖങ്ങളെ അംഗീ
കരിച്ചുകൊണ്ട് റിനോച്ച തുടർന്നു.

"പദ്ധതി കൊള്ളാം. പക്ഷേ...." ഇക്കാര്യ
ത്തിൽ ഖുറേഷിയുടെ താൽപ്പര്യക്കുറവ് അദ്ദേ
ഹത്തിന്റെ മുഖത്ത് പ്രകടമായിരുന്നു.

"നാം ഇബൂബയിൽ കടന്ന് ദൗത്യം
തുടങ്ങി ദിവസങ്ങൾക്കകം വാർത്ത
പുറംലോകമറിയുമെന്ന കാര്യം ഉറപ്പാ
ണ്. ലോകപൊലീസിന്റെ ചാരക്കണ്ണു
കൾ പതിച്ച ഉപഗ്രഹങ്ങൾ ഇബൂബയുടെ
ചിത്രങ്ങളും പകർത്തിയിട്ടുണ്ടാകുമെന്ന
കാര്യത്തിൽ ഒരു സംശയവുമില്ല. വനനശീ
കരണത്തിന്റെ വാർത്ത അവർക്ക് ലഭിച്ചു
കഴിഞ്ഞാൽ അന്താരാഷ്ട്രതലത്തിൽ ഉപ
രോധമുൾപ്പെടെയുള്ള പല വെല്ലുവിളി
കളും നേരിടേണ്ടിവരും. കടുത്ത സാമ്പ
ത്തിക പ്രതിസന്ധി നേരിടുന്ന ഈ അവ
സരത്തിൽ ഉപരോധം കൂടിയായാൽ......." ജനറൽ ഖുറേഷി അല
സമായി പറഞ്ഞു.

"ഉപരോധം...... മണ്ണാങ്കട്ട. താനതിനെക്കുറിച്ചോർത്ത് തല
പുകയ്ക്കണ്ട. അല്ലെങ്കിൽത്തന്നെ ഈ ഉപരോധങ്ങളും വിലക്കു
കളുമൊക്കെ വന്നാൽ നമുക്കെന്ത്? അതൊക്കെ വിഡ്ഢികളായ
സാധാരണ ജനങ്ങളെയല്ലേ ബാധിക്കുന്നത്?" പ്രസിഡന്റ് തന്റെ
തീരുമാനത്തിൽ ഉറച്ചുതന്നെ നിൽക്കുകയാണ്.

ഈ സമയത്ത് ട്രേയിൽ മദ്യക്കുപ്പികളും ഗ്ലാസുകളുമായി
ഒരു പട്ടാള ഉദ്യോഗസ്ഥൻ അവിടേക്ക് കടന്നുവന്നു. എല്ലാം മേശ
മേൽ നിരത്തിവച്ചശേഷം കുപ്പിതുറന്ന് മദ്യം ഗ്ലാസുകളിലേക്ക്
പകർന്നു. മൂന്നാമത്തെ ഗ്ലാസിന്റെ മുകൾഭാഗം മറച്ചു പിടിച്ച്
'വേണ്ട' എന്ന അർഥത്തിൽ പ്രൊഫസർ തലകുടങ്ങി.

"വേണ്ട. എനിക്കൊഴിക്കണ്ട. ഞാൻ നിർത്തി" പ്രൊഫസർ

ഗ്ലാസ് കമഴ്ത്തിവച്ചുകൊണ്ട് പറഞ്ഞു.

"അതെന്തുപറ്റി?" ജനറലാണ് ചോദിച്ചത്.

"മദ്യപാനികൾക്കുണ്ടാകുന്ന ആ അസുഖമുണ്ടല്ലോ? ലിവർ സിറോസിസ് — കരൾവീക്കം. അതെന്നെയും ബാധിച്ചു. ഇനിയും മദ്യപിച്ചാൽ പെട്ടെന്ന് തട്ടിപ്പോകുമെന്നാണ് ഡോക്ടർമാർ പറ ഞ്ഞിരിക്കുന്നത്." പ്രൊഫസർ അൽപ്പം ജാള്യതയോടെ പറഞ്ഞു.

"ഒ കെ വേണ്ടെങ്കിൽ വേണ്ട, നിർബന്ധിക്കുന്നില്ല. ഇനി നമുക്ക് പ്രധാനകാര്യത്തിലേക്ക് കടക്കാം." ഗ്ലാസെടുത്ത് ഒന്നു സിപ് ചെയ്തശേഷം റിനോച്ച ഗൗരവത്തിൽ കസേരയിൽ ഒന്നില കിയിരുന്നു.

"പ്രധാന കാര്യമോ? അപ്പോൾ ഇതുവരെ പറഞ്ഞതൊക്കെ?" ജനറൽ അൽപ്പം അമ്പരപ്പോടെ ചോദിച്ചു.

അകത്തേക്ക് പൊയ്ക്കൊള്ളാൻ പട്ടാള ഉദ്യോഗസ്ഥന് നിർദേശം നൽകിയശേഷം റിനോച്ചയുടെ സമീപത്തേക്ക് ജന റൽ തന്റെ ഇരിപ്പിടം അൽപ്പംകൂടി ചേർത്തിട്ടു.

അത്രയുംനേരം ഇരുവരുടെയും സംഭാഷണം ശ്രദ്ധിക്കുക മാത്രമായിരുന്ന പ്രൊഫസർ കാമറൂൺ തന്റെ ബാഗിൽനിന്ന് ഒരു ലാപ്ടോപ് പുറത്തെടുത്ത് മേശപ്പുറത്ത് വച്ചു.

"ഈ കൂടിക്കാഴ്ചയുടെ പരമമായ ലക്ഷ്യം മറ്റൊന്നാണ്. അതുകൂടി ശ്രവിച്ചശേഷം താങ്കൾക്ക് എന്തും തീരുമാനിക്കാം." പ്രൊഫസർ പറഞ്ഞു.

അദ്ദേഹം കമ്പ്യൂട്ടർ ഓൺചെയ്ത് ജനറലിന്റെ നേർക്ക് തിരി ച്ചുവച്ചു.. മോണിറ്ററിൽ കുറെ ചിത്രങ്ങൾ തെളിഞ്ഞു വന്നു.

"നാം രണ്ടാഴ്ചമുമ്പ് വിക്ഷേപിച്ച റഷ്യൻനിർമിത ഉപഗ്രഹം സിൻസാറ്റ് അയച്ചുതന്ന ഏറ്റവും പുതിയ ചിത്രങ്ങളാണിത്." ചിത്രങ്ങൾ കാട്ടിക്കൊണ്ട് പ്രൊഫസർ തുടർന്നു.

"ഈ ഫോട്ടോ ഇബൂബയുടേതാണ്." ഒരു ചിത്രം വലുതാ ക്കിക്കൊണ്ട് പ്രൊഫസർ തുടർന്നു.

"ദേ... ഈ കാണുന്ന ഭാഗമാണ് ജിംബിമല. ഇബൂബയിലെ ഏറ്റവും ഉയർന്ന പ്രദേശം."

"ബാക്കി ഞാൻ പറയാം." റിനോച്ച കസേരയിൽ നിന്നെ ണീറ്റു.

"ജനറൽ...... യഥാർഥത്തിൽ ആ മലയാണ് നമ്മുടെ ലക്ഷ്യം.

ഇബൂബ അധീനതയിലാക്കാൻ അല്പം മുൻപ് ഞാൻ പറഞ്ഞ വികസനങ്ങളും മറ്റുമൊക്കെ ജനങ്ങളുടെ കണ്ണിൽ പൊടിയി ടാനുള്ള ഒരു തന്ത്രം മാത്രം.”

“ജിംബി മലയിൽ എന്താണ്?” ഖുറേഷിക്ക് ആകാംക്ഷയായി.

“സ്വർണം!”

“ഏഹ്......സ്വർണമോ?” ജനറലിന്റെ കണ്ണുതളളി.

“അതേ..... ആ മല മുഴുവൻ സ്വർണ നിക്ഷേപങ്ങളാണ്.”

“കാട് നാടാക്കി മാറ്റുന്ന മറവിൽ ജിംബിമലയിൽ ഖനനം നടക്കും. അതീവരഹസ്യമായി. അവിടുത്തെ സ്വർണം മുഴുവൻ നമുക്കുള്ളതാണ്. നമുക്ക് മാത്രം.”

റിനോച്ച ജനറലിന്റെ കണ്ണുകളിലേക്ക് സൂക്ഷിച്ചു നോക്കി.

“ഇപ്പോൾ താങ്കൾക്ക് മനസിലായിക്കാണുമല്ലോ ഏത് വൻശ ക്തിയെയും ഏത് ഉപരോധത്തെയും അവഗണിച്ചുകൊണ്ട് നാം ഈ ദൗത്യം നടപ്പിലാക്കേണ്ടതിന്റെ ആവശ്യകത? ഇനി പറ യൂ.... താങ്കൾക്ക് സ്വർണം വേണോ കാട് വേണോ?” പ്രസിഡന്റ് ഒരു കുസൃതിച്ചിരിയോടെ ചോദിച്ചു.

എല്ലാംകേട്ട് അന്തംവിട്ടിരിക്കുകയാണ് ജനറൽ. പതിയെപ്പ തിയെ അദ്ദേഹത്തിന്റെ മുഖത്തൊരു ചിരി പടർന്നു. അത് വലു തായി വലുതായി വന്നു.

അത്യാഹ്ലാദത്താൽ ഒരു രാക്ഷസനെപ്പോലെ അയാൾ അട്ട ഹസിച്ചു:

“ഇതു ജിംബിമലയല്ല സർ.... സ്വർണമലയാണ്, സ്വർണമല. എത്ര മരങ്ങൾ മുറിഞ്ഞുവീണാലും എത്ര മൃഗങ്ങളെ കൊന്നി ട്ടായാലും ശരി നാം അവിടം സ്വന്തമാക്കിയിരിക്കും.”

മൂന്ന് കൈകൾ ആകാശത്ത് കൂട്ടിമുട്ടി.

മൂന്ന്

പ്രഭാതം.

ഇബൂബയിലെ സകല ജീവജാലങ്ങളും ജിംബിമലമുകളിൽ ഒത്തുകൂടി. കാട്ടുവള്ളികൾ വട്ടത്തിൽ ചുറ്റി അതിന്മേൽ പച്ചിലകളും പൂക്കളും ചൂടിയ കിരീടം ശിരസിലേറ്റി എല്ലുകളും പല്ലുകളും കോർത്ത മാലയണിഞ്ഞ് സിംഹരാജൻ സടകൻ ഒരു കൂറ്റൻ പാറമേൽ ഇരിപ്പുണ്ട്. ഇരുവശത്തും വിശറിച്ചെവികൾ വീശി നിൽക്കുന്ന ഗജവീരന്മാർ. മുന്നിൽ പീലിവിടർത്തി നിൽക്കുന്ന മയിൽ. വലതുവശത്തുള്ള മറ്റൊരു പാറമേൽ മന്ത്രി പറക്കൻ പരുന്തുമുണ്ട്. ഇടതുവശത്തുള്ള ഇരിപ്പിടം ഇബൂബ യിലെ മൂത്ത കാരണവരായ ആമ മുത്തച്ഛനുള്ളതാണ്. ഭൂമിയിലെ ഏറ്റവുമധികം ആയുസേറിയ ജീവികളാണല്ലോ ആമകൾ.

"ഇബൂബ നമുക്ക് നഷ്ടപ്പെടാൻ പോകുന്നു. മനുഷ്യർ ഇബൂ ബയിലേക്കു വരുന്നു."

സുന്ദരിപ്രാവിന്റെ വാക്കുകൾ ഹൃദയങ്ങളിൽ അലയടിച്ചു കൊണ്ടിരുന്നു:

"ഇബൂബ നഷ്ടമാകാൻ പോകുന്നു. മനുഷ്യർ ഇബൂബയിലേക്ക് വരുന്നു."

കാലുകൾ മുന്നോട്ടുനീട്ടി തല താഴ്ത്തിവച്ച് നെടുനീള ത്തിൽ കിടക്കുകയാണ് വീരൻപുലിയും കൂട്ടരും. വാലിലും കഴു ത്തിലുമൊക്കെ വച്ചിരുന്ന പൂക്കൾ നുള്ളിനുള്ളി അലസരായി

വാനരസംഘം. കരടികൾ തലയിൽ കൈയുംകുത്തി ചരിഞ്ഞു കിടക്കുന്നു. ഉള്ളിലുള്ള വേദന മറക്കാൻ കടുവകളുടെ പുറത്തെ വരകൾ എണ്ണി കളിക്കുകയാണ് മുയൽക്കുട്ടന്മാർ. മുറംപോലുള്ള ചെവികളും തുമ്പിക്കൈയുമൊക്കെ നിശ്ചലമാക്കി ശിലപോലെ നിൽക്കുന്ന ഗജവൃന്ദം. കലപിലശബ്ദങ്ങളൊന്നുമില്ലാതെ മര ക്കൊമ്പുകളിൽ കാക്കകൾ, വവ്വാലുകൾ, കൊക്കുകൾ........ എല്ലാം നിശ്ശബ്ദം. എല്ലാവരും കാര്യമായ ആലോചനയിലാണ്. ഇബ്ബൂ ബയെ എങ്ങനെ രക്ഷിക്കാം? ഇബ്ബൂബയിലേക്കുള്ള മനുഷ്യ രുടെ വരവ് എങ്ങനെ തടയാം?

പെട്ടെന്ന്.... ഒരിരമ്പൽ.....

"ടക ടക ടക ടക ടക..." അത് അടുത്തടുത്ത് വരുകയാണ്. മൃഗങ്ങളെല്ലാം ചാടിയെണീറ്റ് ശബ്ദം കേട്ട ഭാഗത്തേക്ക് നോക്കി.

അവർ കണ്ടു.... അങ്ങകലെ ആകാശത്ത് മൂന്ന് പൊട്ടുകൾ. ക്രമേണ അവ വലുതായി വന്നു. ഒപ്പം ഭീതിപ്പെടുത്തുന്ന ആ ശബ്ദവും.

ഹെലികോപ്റ്ററുകൾ!!! ഇബ്ബൂബ ലക്ഷ്യമായി വരുന്ന മൂന്നു ഹെലികോപ്റ്ററുകൾ!!!

അവ ഇബ്ബൂബക്കു മുകളിലെത്തി വട്ടമിട്ട് പറക്കാൻ തുടങ്ങി.

കാതടപ്പിക്കുന്ന ആ ശബ്ദം കേട്ടപ്പോൾത്തന്നെ മൃഗ ങ്ങളെല്ലാം വിറയ്ക്കാൻ തുടങ്ങി. എന്താണ് സംഭവിക്കാൻ പോകുന്നതെന്നറിയാതെ അവർ അന്ധാളിച്ചു. തങ്ങളുടെ കഥ ഇപ്പോൾത്തന്നെ കഴിയുമെന്ന് അവർ ഭയപ്പെട്ടു.

"നമ്മേ നശിപ്പി ക്കാനെത്തിയ ദുഷ്ട മനുഷ്യരാണതിൽ. വേഗം വനത്തിനു ള്ളിലേക്ക് രക്ഷ പ്പെടുക. വേഗം..... വേഗം.... സിംഹരാജൻ ഉറക്കെ വിളിച്ചു പറഞ്ഞു. കേൾക്കേണ്ട താമസം, മൃഗ ങ്ങളെല്ലാം മലമുകളിൽനിന്നും താഴേക്ക് കുതിച്ചു.

ചീറ്റകൾ ഏറ്റവും മുന്നി ലായി ശരവേഗത്തിൽ കുതിച്ചു പാഞ്ഞു. തൊട്ടുപിന്നിലായി മാനുകളും സിംഹങ്ങളും കടുവ കളും. വാനരന്മാർ കാട്ടുവള്ളികളിൽ തൂങ്ങിയാടിയും മരക്കൊ മ്പുകൾ മാറിമാറിച്ചാടിയും അവർക്കു പിന്നാലെ നീങ്ങി. കണ്ടാ മൃഗങ്ങളും കാട്ടുപോത്തുകളും കടന്നുപോയ പാത പൊടിപട ലങ്ങൾകൊണ്ട് മൂടി. എലികളും പാമ്പുകളും മാളങ്ങളിലൊളി ച്ചു. മരച്ചില്ലകളിൽ അഭയം പ്രാപിച്ച് പക്ഷികൾ ഇലകൾക്കിട യിൽ ഒളിച്ചിരുന്നു. ആനകളും ഓട്ടത്തിൽ ഒട്ടും പിന്നിലായിരു ന്നില്ല.

ഞങ്ങളെയുംകൂടി കൊണ്ടു പോവൂ..... ഇഴഞ്ഞിഴഞ്ഞുനീ ങ്ങിയ ആമകളുടെ നിലവിളി കേട്ടില്ലെന്നു നടിക്കാൻ മറ്റുള്ള വർക്ക് കഴിയുമായിരുന്നില്ല. പിന്നീട് ആമകളെയും കൊണ്ടായി അവരുടെ പരക്കം പാച്ചിൽ. തലയും കൈകാലുകളും തോടിനു ള്ളിലൊളിപ്പിച്ച് അവ അനങ്ങാതെ കിടന്നു.

നിമിഷനേരംകൊണ്ട് ജിംബിമലയും പരിസരവും ശൂന്യമായി.

ഹെലികോപ്റ്ററുകൾ അൽപ്പസമയം ആകാശത്ത് വട്ടംചുറ്റി പറന്നശേഷം പുറപ്പെട്ട ദിശയിലേക്കുതന്നെ തിരികെപ്പോയി.

ജനറൽ ഖുറേഷിയുടെ നിർദേശപ്രകാരം ഇബ്ബൂബയുടെ ഭൂമി ശാസ്ത്രം മനസിലാക്കാനെത്തിയ ഉദ്യോഗസ്ഥരായിരുന്നു അതി നുള്ളിൽ.

മൃഗങ്ങൾക്കെല്ലാം ആശ്വാസമായി. ഒന്നും സംഭവിച്ചില്ല.

ഓട്ടത്തിന്റെ ക്ഷീണമകറ്റാനായി ചിലർ അൽപ്പനേരം വിശ്ര മിച്ചു. കുറച്ചുപേർ പുഴയിൽ നിന്ന് വെള്ളം കുടിച്ച് ദാഹമകറ്റി.

"ഹോ.... ആകെ ഭയന്നുപോയി. ഞാൻ കരുതി അവർ നമ്മെയെല്ലാം ഇപ്പോൾത്തന്നെ വകവരുത്തുമെന്ന്." പിന്റുമാൻ കിതപ്പോടെ പറഞ്ഞു.

"ദുഷ്ടമനുഷ്യർ മടങ്ങിപ്പോയിരിക്കുന്നു. എല്ലാവരും വീണ്ടും മലമുകളിലെത്താൻ സിംഹരാജൻ കൽപ്പിച്ചിരിക്കുന്നു." പറക്കൻ ആകാശത്തുനിന്നും ഉറക്കെ വിളിച്ചു പറഞ്ഞു.

അൽപ്പനേരത്തെ വിശ്രമത്തിനൊടുവിൽ അവർ വീണ്ടും മല മുകളിലെത്തി.

"പ്രിയ മൃഗപക്ഷിഗണങ്ങളേ... ദുഷ്ടമനുഷ്യർ തുടങ്ങിക്ക ഴിഞ്ഞു. അവർ ഇബൂബയെ നശിപ്പിക്കും. ഈ കാണുന്ന വൃക്ഷ ങ്ങളും ചെടികളുമെല്ലാം വെട്ടിനിരത്തി അവരിവിടം തരിശുനി ലമാക്കിമാറ്റും. ദുഷ്ടമനുഷ്യരുടെ ആക്രമണത്തെ നേരിടുന്നതിനുള്ള മാർഗങ്ങൾ ആലോചിക്കുക." സടകന്റെ ശബ്ദം അവിടമാകെ മുഴങ്ങി.

"നമുക്ക് ഇബൂബയിൽനിന്ന് മറ്റെവിടേക്കെങ്കിലും ഓടിപ്പോ യാലോ?" മിട്ടു മുയൽ ചോദിച്ചു.

"എങ്ങോട്ട് പോകാൻ? ഈ ഹോസി നദിക്കക്കരെ നമുക്ക് പാർക്കാൻ മറ്റൊരു ലോകമുണ്ടോ? നദി നീന്തിക്കടന്ന് എത്തി ച്ചേരുന്നത് ആ ദുഷ്ടന്മാരുടെ കൈകളിൽത്തന്നെയാണെങ്കിൽ എന്തുചെയ്യും?" ചീറ്റൻപുലി അഭിപ്രായപ്പെട്ടു.

"അവർ ഇവിടെ എത്തിയാൽ ആക്രമിച്ച് തുരത്തണം?" വീരൻ കരടിയുടെ മാർഗം അതാണ്.

"അവരുടെ പക്കലുള്ള മാരകമായ ആയുധങ്ങൾക്കു മുന്നിൽ നമ്മുടെ ഈ പല്ലുകളും നഖങ്ങളുമൊക്കെ ഒന്നുമല്ല വീരാ." സടകൻ വീരന്റെ അഭിപ്രായത്തോട് യോജിച്ചില്ല.

"പിന്നെ നാമെന്തു ചെയ്യും? മനുഷ്യരിവിടെ കാല് കുത്തി ക്കഴിഞ്ഞാൽ നമ്മുടെയെല്ലാം അവസ്ഥ എന്താകും? ഒന്നുകിൽ അവർ എല്ലാവരെയും വകവരുത്തും. അല്ലെങ്കിൽ ജീവനോടെ പിടിച്ച് ഇരുമ്പഴികൾക്കുള്ളിലാക്കി സർക്കസ് കൂടാരങ്ങളി ലേക്കോ കാഴ്ചബംഗ്ലാവുകളിലേക്കോ കൊണ്ടുപോകും. പിന്നെ

ജീവിതാവസാനം വരെ മനുഷ്യരുടെ പീഡനങ്ങൾ സഹിച്ച്
അതിനുള്ളിൽ കഴിയേണ്ടിവരും. അവിടെ നമ്മുടെ പട്ടിണിയിലും
പരിവേദനത്തിലും ദുഷ്ടമനുഷ്യർ ആനന്ദം കണ്ടെത്തും."
ചിമ്പുക്കുരങ്ങൻ ദീർഘവീക്ഷണത്തോടെ പറഞ്ഞു.

"അതേയതേ.... ഒന്നുകിൽ മരണം. അല്ലെങ്കിൽ മരണതുല്യ
മായ പീഡനങ്ങൾ." ചിമ്പുവിന്റെ അതേ അഭിപ്രായംതന്നെയാണ്
സൂത്രൻ കുറുക്കനും.

"പാമ്പുകൾക്കും എലികൾക്കുമൊക്കെ മാളത്തിലൊളിച്ച്
രക്ഷപ്പെടാം. പറവകൾക്ക് അകലേക്ക് പറന്നുപോവാം. പക്ഷേ...
ഞങ്ങൾ നാൽക്കാലികൾ.... ഈ വലിയ ശരീരവും വച്ചുകൊണ്ട്
എവിടേക്ക് ഓടിയൊളിക്കും?" മസ്തകൻ സങ്കടത്തോടെ പറഞ്ഞു.

"ഈ ഇബൂബയെയും ഇവിടുത്തെ കൂട്ടുകാരെയും ബന്ധു
ക്കളെയുമൊക്കെ ഉപേക്ഷിച്ച് ഒരിക്കലും ഞങ്ങൾ എങ്ങോട്ടും
പോവില്ല മസ്തകൻ ചേട്ടാ. ജീവിക്കാനായാലും മരിക്കാനായാലും
മനുഷ്യരുടെ പീഡനങ്ങൾ ഏറ്റുവാങ്ങാനായാലും ശരി, ഞങ്ങളും
കൂടെയുണ്ട്. നിങ്ങളെയൊക്കെ ദുരിതത്തിലേക്ക് തള്ളിവിട്ട്
ഞങ്ങൾക്കുമാത്രം ഒരിക്കലും രക്ഷപ്പെടേണ്ട." പാമ്പുകളും എലി
കളും പക്ഷികളുമൊക്കെ ഒരേസ്വരത്തിലാണ് അറിയിച്ചത്.

"ഒന്നുകിൽ മരിക്കുക. അല്ലെങ്കിൽ മരിച്ചു ജീവിക്കുക. ജീവി
ക്കാൻ വേണ്ടി ദുരിതക്കയങ്ങളിൽപ്പെട്ട് ഇഞ്ചിഞ്ചായി മരിക്കുന്ന
തിലും ഭേദം ഇബൂബക്കുവേണ്ടി പോരാടി ധീരതയോടെ മരി
ക്കുന്നതല്ലേ? അതിന് തയാറാണോ നിങ്ങൾ?" സടകൻ ഉച്ചത്തിൽ
വിളിച്ചു ചോദിച്ചു.

"മനുഷ്യർക്കെതിരെ നാമെങ്ങനെ പോരാടാനാണ്?"ചെന്നാ
യ്ക്കളുടെ സംശയം അതായിരുന്നു.

"എന്തു സംഭവിച്ചാലും മനുഷ്യർക്കെതിരെ പോരാടാൻ
ഞങ്ങളുണ്ട്." മുക്കറയിട്ടുകൊണ്ട് കാണ്ടാമൃഗങ്ങൾ വീറോടെ
അറിയിച്ചു.

"എങ്കിൽ ഞങ്ങളുമുണ്ട് കൂടെ." ഒരു പാറയ്ക്കു മുകളിലേക്ക്
ചാടിക്കയറിക്കൊണ്ട് വക്രൻ കടുവ അറിയിച്ചു.

"ഞങ്ങളും തയാർ." ആനകളും പോത്തുകളും കുരങ്ങന്മാരും
മുന്നോട്ടു വന്നു.

"കൂടെ ഞങ്ങളുമുണ്ടേ......" കട്ടുറുമ്പുകളും ചിലന്തികളും

കടന്നലുകളുമൊക്കെ ഒരേ സ്വരത്തിൽ അറിയിച്ചു.

ഇബൂബയിലെ പക്ഷിമൃഗാദികളെല്ലാം ദുഷ്ടമനുഷ്യർക്കെ തിരെയുള്ള പോരാട്ടത്തിനായി ഐക്യദാർഢ്യം പ്രഖ്യാപിച്ചു കൊണ്ട് മുന്നോട്ടുവന്നു.

മനുഷ്യരുടെ നീക്കങ്ങൾ മുൻകൂട്ടി അറിഞ്ഞാൽ നമുക്കവ രെ പ്രതിരോധിക്കാനുള്ള തന്ത്രങ്ങൾ മെനയാൻ സാധിക്കും." ദശാബ്ദങ്ങളുടെ അനുഭവങ്ങളുമായി ആമ മുത്തച്ഛൻ അഭിപ്രാ യപ്പെട്ടു.

അത് ശരിയാണെന്ന് എല്ലാവർക്കും തോന്നി. പക്ഷേ...

"മനുഷ്യരുടെ നീക്കം എങ്ങനെ നാം മുൻകൂട്ടി മനസിലാ ക്കും? നാട്ടിലെ വാർത്തകൾ കാട്ടിലെത്തിക്കാൻ ആർക്കാകും?" കുതിരകൾ വാലുകൾ ചുഴറ്റിക്കൊണ്ട് ചോദിച്ചു.

"അക്കാര്യം ഞാനേറ്റു." സുന്ദരി പ്രാവ് പറന്നുവന്ന് മസ്ത കന്റെ തലയിലിരുന്നു.

"പണ്ടുമുതലേ സന്ദേശങ്ങൾ കൈമാറുന്നതിനായി, ഞങ്ങൾ പ്രാവുകളെയാണ് മനുഷ്യർ ഉപയോഗിച്ചിരുന്നത്. മറ്റു പക്ഷിക ളിൽ നിന്ന് വിഭിന്നമായി ഞങ്ങൾ പ്രാവുകളോട് അവർക്ക് പ്രത്യേക സ്നേഹമാണ്. ഉപദ്രവിക്കുകയില്ല. ആ സ്ഥിതിക്ക് ഈ പണിക്ക് ഞങ്ങളേക്കാൾ കേമന്മാർ ആരുമില്ല."

"നിനക്കതിന് സാധിക്കുമെങ്കിൽ നീ ഇപ്പോൾത്തന്നെ സിനോനയിലേക്ക് പൊയ്ക്കൊള്ളുക. കാത്തിരിക്കാൻ നമുക്ക് നേരമില്ല. ആ ദുഷ്ടന്മാരുടെ നീക്കങ്ങൾ എന്തെല്ലാമെന്ന് മന സിലാക്കി ഇവിടെ എത്തണം. സുന്ദരീ... ഇപ്പോൾത്തന്നെ പോകൂ..... നിങ്ങൾ സിനോനയിലേക്ക്..."സടകൻ സിംഹാസന ത്തിൽനിന്ന് താഴെയിറങ്ങി സുന്ദരിപ്രാവിനെ തലോടിക്കൊണ്ട് പറഞ്ഞു.

കേൾക്കേണ്ട താമസം, സുന്ദരിയും കൂട്ടരും ആകാശത്തേ ക്കുയർന്നു. പിന്നെ സിനോന ലക്ഷ്യമാക്കി പറന്നു നീങ്ങി.

മനുഷ്യരുടെ പുതിയ നീക്കങ്ങൾ എന്താണ്? അത് മനസി ലാക്കാൻ സുന്ദരിക്കും കൂട്ടർക്കും കഴിയുമോ? പലവിധ ചിന്തക ളോടെ മൃഗങ്ങൾ ആകാശത്തേക്ക് കണ്ണുംനട്ട് കാത്തിരുന്നു..... പ്രാവുകളുടെ മടങ്ങിവരവിനായി.....

നാല്

നോനയിലെ ഒരു തുറമുഖം.

കാക്കി ട്രൗസറും അരക്കയ്യൻ ബനിയനുമണിഞ്ഞ തൊഴി ലാളികൾ യന്ത്രവാളുകളും ക്രെയിനുകളും മൂർച്ചയേറിയ മഴുവും കനത്ത പ്ലാസ്റ്റിക് വടവുമൊക്കെ ഒരു കൂറ്റൻ ബോട്ടിലേക്ക് ധൃതി പിടിച്ച് കയറ്റിക്കൊണ്ടിരുന്നു. സൈനികർക്കും തൊഴിലാളി കൾക്കും രാത്രി വിശ്രമത്തിനായി ടെന്റുകൾ നിർമിക്കുന്നതിനുള്ള സാമഗ്രികൾ, ജനറേറ്ററുകൾ, ഡീസൽ ബാരലുകൾ എന്നിവ യെല്ലാം കൂട്ടത്തിലുണ്ട്. അരിച്ചാക്കുകളും പച്ചക്കറിച്ചാക്കുകളും അനുബന്ധ സാധനങ്ങളുമൊക്കെ ചുമന്ന് വരിവരിയായി ജോലി ക്കാർ ബോട്ടിനുള്ളിലേക്ക് കയറിപ്പോയി. കുറച്ചുപേർ അവയെല്ലാം ചിട്ടയായി അടുക്കിവക്കുന്നു. എല്ലാറ്റിനും നേതൃത്വം നൽകിക്കൊണ്ട് സിനോനിയൻ നാവികസേനാ ക്യാപ്റ്റൻ ഡിസൂസ ബോട്ടിന്റെ മുകൾത്തട്ടിൽ നിൽപ്പുണ്ട്.

"പെട്ടെന്ന്......... പെട്ടെന്ന്.... ഇരുട്ടുന്നതിനുമുൻപ് ഇബൂബ യിലെത്തണം." ഇടയ്ക്കിടയ്ക്ക് ക്യാപ്റ്റൻ ഡിസൂസ ഓർമി പ്പിച്ചുകൊണ്ടിരുന്നു. സായുധരായ ഒരു സംഘം നാവികർ അയാൾക്കൊപ്പം എന്തിനും തയാറായി നിന്നു.

അത്യാധുനിക റഡാർ സംവിധാനങ്ങൾ ഘടിപ്പിച്ച കൂറ്റൻ പടക്കപ്പലുകൾ സിനോനിയൻ നാവികസേനയുടെ പക്കലുണ്ടായിരുന്നുവെങ്കിലും താരതമ്യേന ആഴം കുറഞ്ഞ ജല

പാതയിലൂടെ ബോട്ട് യാത്രതന്നെയാണ് അഭികാമ്യ
മെന്ന് ക്യാപ്റ്റൻ ഡിസൂസ തീരുമാനിക്കുക
യായിരുന്നു.

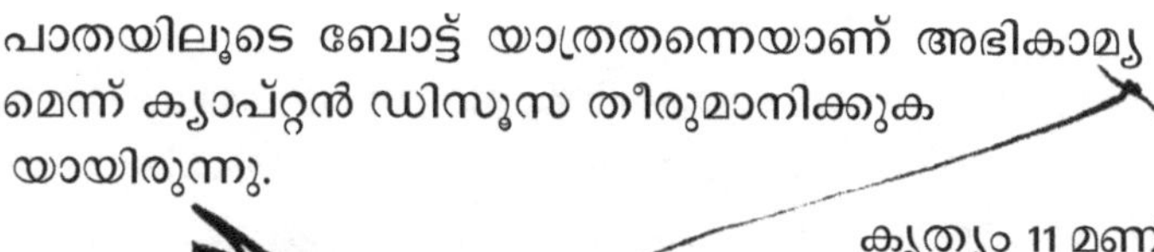

കൃത്യം 11 മണി
യോടെ സൈറൻ മുഴ
ക്കിക്കൊണ്ട് ബോട്ട്
പുറപ്പെട്ടു. തൊഴിലാളി
കൾക്കും നാവികർക്കു
മായി പ്രത്യേകം പ്രത്യേ
കം മുറികളാണ് ബോട്ടി
നുള്ളിൽ ഒരുക്കിയിരുന്ന
ത്. പതുപതുത്ത മെത്തയും
എയർ കണ്ടീഷണറും ടെലിവിഷനുമൊ
ക്കെയുള്ള ആഡംബരമുറികൾ സൈനികർക്ക്
മാത്രമുള്ളതായിരുന്നു. കിടക്കയോ ഇരിപ്പിടങ്ങളോ എ സി യോ
ടി വി യോ ഒന്നുമില്ലാത്ത ഒരു വലിയ മുറിയാണ് തൊഴിലാളി
കൾക്ക് നൽകിയത്. അവർക്കതിൽ പരിഭവമോ പരാതിയോ ഒന്നു
മില്ലായിരുന്നു. വർഷങ്ങളായി അധികാരവർഗം ചെലുത്തുന്ന
അവഗണനയോട് അവർ പൊരുത്തപ്പെട്ടുകഴിഞ്ഞിരുന്നു.

നാവികരെല്ലാം ഒരു പിക്നിക്കിന് പോകുന്ന ത്രില്ലിലായി
രുന്നു. ചെറുസംഘങ്ങളായി തിരിഞ്ഞ് അവർ മദ്യപാനവും ചീട്ടു
കളിയും ആരംഭിച്ചു. ക്യാപ്റ്റൻ ഡിസൂസയ്ക്ക് ചീട്ടുകളിയിൽ
കമ്പമില്ലാത്തതിനാൽ ഒറ്റയ്ക്കൊരിടത്തിരുന്ന് കൈയിൽ മദ്യഗ്ലാ
സുമായി പുറംകാഴ്ചകൾ ആസ്വദിച്ച് മുറിയിൽത്തന്നെ ഇരുന്നു.

ഒരു ജോലിക്കാരൻ ചൂണ്ടയുമായി ബോട്ടിന്റെ അരികിലേക്ക്
നീങ്ങി. ട്രൗസറിന്റെ പോക്കറ്റിൽ കരുതിയിരുന്ന ചൂണ്ടയിൽ
ഇരയെ കോർത്ത് അയാൾ വെള്ളത്തിലേക്കിട്ടു. പകുതി വലിച്ച്
കെടുത്തി വച്ചിരുന്ന ബീഡിക്കുറ്റി ഇടതുചെവിക്ക് മുകളിൽനി
ന്നെടുത്ത് കത്തിച്ചുകൊണ്ട് ചൂണ്ട നൂലിലേക്ക് തന്നെ നോക്കി
അയാൾ അവിടെ കുത്തിയിരുന്നു.

നൂൽ വലിയുന്നതായി അനുഭവപ്പെട്ടതോടെ ബീഡിക്കുറ്റി
നിലത്തിട്ട് ചവിട്ടിഞെരിച്ചുകൊണ്ട് ശ്രദ്ധയോടെ അയാൾ
എണീറ്റു. നൂൽ അൽപ്പംകൂടി അയച്ചുവിട്ടശേഷം മുകളിലേക്ക്

ഒറ്റവലി.

ഒരു മുഴുത്ത മത്സ്യം ചൂണ്ടയിൽക്കിടന്നു പിടഞ്ഞു. അതു മായി അയാൾ ഓടി പാചകപ്പുരയിലേക്ക് കയറി. അതിനെ ഒരു കമ്പിയിൽ കോർത്ത് എരിയുന്ന കനലുകൾക്കുമീതെ വച്ചു.

മദ്യത്തിന്റെ ലഹരി തലയ്ക്ക് പിടിച്ചുതുടങ്ങിയപ്പോഴാണ് നല്ല വെന്ത മത്സ്യത്തിന്റെ മണം ക്യാപ്റ്റൻ ഡിസൂസയുടെ മൂക്കി ലടിച്ചു കയറിയത്. അദ്ദേഹം നാവികർക്കിടയിലേക്ക് ഇറങ്ങിച്ചെ ന്നു.

"നാവികരേ.... നിങ്ങൾ മാനിറച്ചി കഴിച്ചിട്ടുണ്ടോ?" അയാൾ ഉറക്കെ വിളിച്ചു ചോദിച്ചു.

"ഇല്ല ക്യാപ്റ്റൻ." ഭൂരിഭാഗം പേരുടെയും ഉത്തരം ഇതായി രുന്നു.

"നിങ്ങൾ ജിറാഫിന്റെ മാംസം കഴിച്ചിട്ടുണ്ടോ?" വീണ്ടും ക്യാപ്റ്റന്റെ ചോദ്യം.

ഉത്തരം പഴയതുതന്നെ.

"എന്നാൽ നിങ്ങൾ തയാറെടുത്തുകൊള്ളുക.. ഇബൂബയി ലെത്തിക്കഴിഞ്ഞാൽപ്പിന്നെ നമ്മുടെ ഭക്ഷണം ഇതൊക്കെ ത്തന്നെയാണ്. സാധിക്കുമെങ്കിൽ സിംഹത്തെയും പുലിയേയും വരെ നമ്മൾ കറിവച്ചു കഴിക്കും. ഹ....ഹ....ഹ." ക്യാപ്റ്റൻ നല്ല മൂഡിലായി.

"എനിക്ക് ഒരു കരിങ്കുരങ്ങിനെ വേണം. രസായനം വയ്ക്കാ നാണേ." ഒരു നാവികൻ വിളിച്ചു പറഞ്ഞു.

"എനിക്ക് ഇറച്ചിയൊന്നും വേണ്ട. നല്ല കാട്ടുപഴങ്ങൾ ഉണ്ടാ കും. കൃത്രിമ വളങ്ങളും കീടനാശിനികളുമൊന്നും തളിക്കാത്ത സ്വയമ്പൻ പഴങ്ങൾ. അതു മതി." അതു പറഞ്ഞ നാവികന്റെ നാവിൽ വെള്ളമൂറി.

"ക്യാപ്റ്റൻ സാറേ.... എന്റെ വീടുപണി നടക്കുകയാണ്. മറ്റൊന്നും എനിക്ക് വേണ്ട. കുറച്ച് തടി. കരിവീട്ടിയുടെതോ തേക്കിന്റെതോ മതി. നല്ല ചന്ദനമരമുണ്ടെങ്കിൽ അതായാലും കുഴ പ്പമില്ല." വിനയം നടിച്ചുകൊണ്ട് മറ്റൊരു നാവികൻ ക്യാപ്റ്റന്റെ സമീപത്തേക്ക് വന്നു.

ക്യാപ്റ്റൻ ഡിസൂസ എന്തോ പറയാൻ തുടങ്ങിയപ്പോഴേക്കും ഉച്ചഭക്ഷണത്തിനുള്ള മണി മുഴങ്ങി.

അവർ ഡൈനിങ് ഹാളിലേക്ക് പോയി. അവർക്കുള്ള ഭക്ഷണം വിളമ്പി മേശപ്പുറത്ത് വച്ചിട്ടുണ്ടായിരുന്നു. ചോറും ഒഴി ച്ചുകറികളും തൊടുകറികളുമെല്ലാം ഒന്നിനുമീതെ ഒന്നായി ഒരു പ്ലേറ്റിൽത്തന്നെ വിളമ്പി വാങ്ങി തൊഴിലാളികൾ തങ്ങളുടെ മുറി യിലേക്ക് പോയി.

ഭക്ഷണം കഴിച്ചതോടെ എല്ലാവരും ഉറക്കത്തിലേക്ക് വഴു തിവീണു.

വീതികുറഞ്ഞ ജലപാതയിലേക്ക് കയറിയതോടെ ബോട്ടിന്റെ വേഗം കുറഞ്ഞു. ഇതുകൂടി പിന്നിട്ടുകഴിഞ്ഞാൽ എത്തിച്ചേരു ന്നത് ഹോസി നദിയിലാണ്.

പെട്ടെന്ന്.....

"പ്ട്ക്" ബോട്ട് ആടിയുലഞ്ഞു.

ഉറക്കത്തിലായിരുന്ന നാവികർ ബെഡ്ഡിൽനിന്നും ഉരുണ്ട് താഴേക്ക് വീണു. അടുക്കിവച്ചിരുന്ന സാധനസാമഗ്രികൾ അവ രുടെ മുകളിലേക്ക് മറിഞ്ഞുവീണു.

"അയ്യോ.. അമ്മേ.." അവർ നിലവിളിച്ചു.

"അയ്യോ.. രക്ഷിക്കണേ... എന്നെ പുലി പിടിച്ചേ....." സ്വപ്നം കണ്ടുറങ്ങുകയായിരുന്ന ഒരു നാവികൻ നിലവിളിച്ചു.

പ്ലാറ്റ്ഫോമിൽ കിടന്നുറങ്ങിയ ജോലിക്കാർ ബോട്ടിന്റെ മറുഭാഗത്തേക്ക് ഉരുണ്ടുപോയി. അടുക്കിവച്ചിരുന്ന യന്ത്രസാമ ഗ്രികളിൽ ചിലത് ചരിഞ്ഞുവീണു.

"എന്റെ നട്ടെല്ല് പോയേ....." പിൻഭാഗം തടവിക്കൊണ്ട് ക്യാപ്റ്റൻ ഡിസൂസ ചാടിയെണീറ്റു.

പതിയെപ്പതിയെ ബോട്ട് പൂർവസ്ഥിതിയിലായി.

"എന്താ... എന്തുപറ്റി?" ക്യാപ്റ്റൻ ഡിസൂസ ബോട്ടിന്റെ മുൻവശത്തേക്ക് വന്നു.

"ബോട്ടിന്റെ അടിഭാഗം എന്തിലോ ഇടിച്ചതാണ് സർ." സ്രാങ്ക് വിനയപൂർവം അറിയിച്ചു.

"നോക്കി നിൽക്കാതെ നദിയിലിറങ്ങി എന്താണെന്ന് നോക്കൂ." ക്യാപ്റ്റന്റെ നിർദേശം ലഭിച്ചയുടൻ ഒരു നാവികൻ നീന്തൽ വേഷം ധരിച്ചുകൊണ്ട് വെള്ളത്തിലേക്ക് ചാടി നദിയുടെ അടിത്തട്ടിലേക്ക് ഊളിയിട്ടുപോയി.

"അടിയിൽ നിറയെ വലിയ മരക്കുറ്റികളാണ് സർ." മുകളി ലേക്ക് പൊന്തിവന്ന് അയാൾ വിളിച്ചുപറഞ്ഞു.

"മരക്കുറ്റികളോ? അതെങ്ങനെ ഇവിടെ വന്നു?" ക്യാപ്റ്റൻ സ്വയം ചോദിച്ചു.

'ജനറൽ ഖുറേഷി നേരിട്ട് ഇടപെട്ട കാര്യമാണ്. ലക്ഷ്യത്തിലെ ത്താതെ മടങ്ങിച്ചെന്നാൽ എന്താണ് സംഭവിക്കുകയെന്ന് പറ യാൻ പറ്റില്ല. ഒരുപക്ഷേ തന്റെ തൊപ്പി തന്നെ തെറിച്ചേക്കാം. ഏതുവിധേനെയും യാത്ര തുടർന്നേ പറ്റൂ." ഡിസൂസ ഒരു നിമിഷം ആലോചിച്ചു.

"മരക്കുറ്റികളെല്ലാം അറുത്തു മാറ്റുക." അയാൾ നാവികരോട് നിർദേശിച്ചു.

സ്വിമ്മിങ് സ്യൂട്ടും മാസ്ക്കും ധരിച്ച് നാവികർ തയാറായി. ജലത്തിനടിയിൽ ദീർഘനേരം ചെലവഴിക്കുമ്പോൾ ശ്വാസവായു ലഭിക്കുന്നതിനായി ഓക്സിജൻ സിലിണ്ടറും അവർ പിന്നിൽ തൂക്കിയിട്ടിരുന്നു. ഒപ്പം ഒരു ബാറ്ററി കിറ്റും. യന്ത്രവാളുകൾ പ്രവർത്തിപ്പിക്കുന്നതിനായുള്ള വൈദ്യുതി വാട്ടർ പ്രൂഫ്ഡ് ആയ ആ ബാറ്ററി കിറ്റിൽനിന്നുമാണ് അവർക്ക് ലഭിക്കുന്നത്.

യന്ത്രവാളുകളുമായി നാവികർ നദിയിലേക്ക് ചാടി.

"കിർ........ കിർ........ കിർ......" വാളുകളുടെ മുരൾച്ച ജലത്തിന ടിയിൽനിന്ന് കേൾക്കായി.

ബോട്ട് ഇടിച്ചുനിന്ന മരക്കുറ്റികൾ മുറിച്ചുമാറ്റി പെട്ടെന്ന് യാത്ര തുടരാമെന്ന അവരുടെ കണക്കുക്കൂട്ടലുകൾ തെറ്റി. നിര നിരയായി നിന്നിരുന്ന ഒട്ടനവധി മരക്കുറ്റികൾ അവർക്ക് മുറിച്ചു മാറ്റേണ്ടിയിരുന്നു.

കൂടുതൽ നാവികർ വെള്ളത്തിലേക്ക് ചാടി. ജലത്തിനടിയിൽ നിന്നും യന്ത്രവാളുകളുടെ സീൽക്കാരം മുഴങ്ങി. ബാറ്ററി കിറ്റിന്റെ ചാർജ് നഷ്ടപ്പെട്ട ചില നാവികർ മുകളിലേക്ക് പൊന്തിവന്ന് പുതിയ ബാറ്ററികളുമായി വീണ്ടും ജലത്തിനടിയിലേക്ക് പോയി.

സന്ധ്യയോടെ മരക്കുറ്റികളെല്ലാം അവർ മുറിച്ചു മാറ്റി.

കൂടുതൽ വേഗതയിൽ ബോട്ട് കുതിച്ചു പാഞ്ഞു. വീതികു റഞ്ഞ പാത പിന്നിട്ട ബോട്ട് ഹോസിനദിയിലേക്ക് പ്രവേശിച്ചു.

അൽപ്പദൂരം കൂടി മുന്നോട്ടു ചെന്നപ്പോഴാണ് ഹെഡ്‌ലൈ റ്റിന്റെ മങ്ങിയ വെളിച്ചത്തിൽ സ്രാങ് ആ കാഴ്ച കണ്ടത്.

ജലപ്പരപ്പിലേക്ക് ഉന്തിനിൽക്കുന്ന പാറകൾ!

അപകടമണി മുഴക്കിക്കൊണ്ട് ബോട്ട് നിന്നു. മുന്നിലേക്ക് ഓടിയെത്തിയ ക്യാപ്റ്റൻ ഡിസൂസ പകച്ചുപോയി.

വീണ്ടും പ്രതിബന്ധങ്ങൾ!

"മരക്കുറ്റികളായിരുന്നുവെങ്കിൽ മുറിച്ചു മാറ്റാമായിരുന്നു. ഈ പാറകൾ എന്തു ചെയ്യും?" നാവികർ പരസ്പരം ചോദിച്ചു.

"ബോട്ടിന്റെ പാതയിൽനിന്ന് പാറകൾ ഉരുട്ടിമാറ്റാൻ ശ്രമി ച്ചാലോ?" ഒരു നാവികൻ അഭിപ്രായപ്പെട്ടു.

ഏറെനേരം ആലോചിച്ചിട്ടും പാറകൾ എങ്ങനെ നീക്കം ചെയ്യാമെന്ന കാര്യത്തിൽ അവർക്ക് ഒരെത്തും പിടിയും കിട്ടിയി ല്ല.

"ഇനി ഒറ്റ മാർഗമേയുള്ളൂ. പാറകൾ തുരന്ന് വെടിമരുന്ന് വച്ച് പൊട്ടിക്കുക." ഒരു തൊഴിലാളി പിന്നിൽനിന്ന് വിളിച്ചു പറ ഞ്ഞു.

അത് വളരെ നല്ല ആശയമാണെന്ന് ക്യാപ്റ്റന് തോന്നി. എങ്കിലും ഒരു പീറ തൊഴിലാളിയുടെ അഭിപ്രായം അതേപടി അംഗീകരിക്കാൻ ദുരഭിമാനിയായ അദ്ദേഹത്തിന് വിമുഖത തോന്നി.

"ഈഹാ... അതൊക്കെ എനിക്കുമറിയാം. വേറെ മാർഗമെന്തെ ങ്കിലുമുണ്ടോയെന്ന് ആലോചിക്കട്ടെ. എന്നിട്ടുമതി പാറ തുര ക്കലും പൊട്ടിക്കലുമൊക്കെ." അദ്ദേഹം വലിയ താൽപ്പര്യമില്ലാ ത്തതുപോലെ പറഞ്ഞു.

കുറച്ചുസമയത്തെ ആലോചനയ്ക്കുശേഷം പാറകൾ പൊട്ടി ച്ചുമാറ്റാൻതന്നെ അവർ തീരുമാനിച്ചു.

ബോട്ടിനുള്ളിലെ ജനറേറ്ററുകളിലൊന്ന് വലിയ ശബ്ദ ത്തോടെ പ്രവർത്തിക്കാൻ തുടങ്ങി. അതിന്റെ പ്ലഗ്ഗിൽനിന്ന് ഡ്രില്ലിങ് മെഷീനുകളിലേക്ക് ഒരു നാവികൻ കണക്ഷൻ കൊടു ത്തു. വിദൂരനിയന്ത്രിത സ്ഫോടക വസ്തുക്കളും മെഷീനുകളു മായി നാവികർ നദിയിലേക്ക് ചാടാൻ തയാറെടുത്തു.

"ആദ്യം ഒരാൾ പോയി വലിയൊരു പാറ തുരന്ന് സ്ഫോട കവസ്തുക്കൾ നിറച്ചു തിരികെ വരിക. ഇവിടെ നിന്ന് റിമോട്ട് വഴി നമുക്ക് പൊട്ടിച്ചുനോക്കാം. അതിന്റെ ഫലമറിഞ്ഞിട്ടുമതി എല്ലാവരുംകൂടി നദിയിലേക്ക് ചാടുന്നത്." ക്യാപ്റ്റൻ നിർദേശിച്ചു.

"ഞാൻ തന്നെ ആദ്യം പോകാം" എന്നു പറഞ്ഞുകൊണ്ട് ഒരു നാവികൻ വെള്ളത്തിലേക്ക് ചാടി. നീന്തിനീന്തി അയാൾ പാറകൾക്ക് സമീപത്തേക്ക് പോയി.

"സ്ഫോടനം നടക്കുമ്പോൾ പാറച്ചീളുകൾ തെറിച്ച് ഇവി ടെവരെ എത്താൻ സാധ്യതയുണ്ട്. അതുകൊണ്ട് ബോട്ട് കുറച്ച് പിന്നിലേക്ക് പോകട്ടെ." ക്യാപ്റ്റൻ ഡിസൂസ സ്രാങ്കിനോട് നിർദേ ശിച്ചു.

സ്രാങ്ക് ഉടൻതന്നെ ബോട്ട് കുറച്ച് പിന്നിലേക്ക് നീക്കി.

നിമിഷങ്ങൾ കടന്നുപോയി.

ജലത്തിനടിയിലേക്ക് പോയ നാവികൻ തിരികെ വന്നില്ല. പാറ തുരക്കുന്നതിന്റെ ശബ്ദമൊന്നും കേൾക്കാനുമില്ല. അയാൾക്കെന്തു സംഭവിച്ചു?

"ഷെർജിൻ..... ഷെർജിൻ....." നാവികർ ഉച്ചത്തിൽ അയാളുടെ പേര് ചൊല്ലി വിളിച്ചു. ഒരു മറുപടിയും ഉണ്ടായില്ല.

ഒടുവിൽ ഡ്രില്ലിങ് മെഷീനിലേക്ക് കണക്ട് ചെയ്തിരുന്ന ഇലക്ട്രിക് വയർ വലിച്ചുനോക്കി. അത് യാതൊരു സമ്മർദവുമി ല്ലാതെ ബോട്ടിനടുത്തേക്ക് നീങ്ങിവന്നു. ഒടുവിൽ വയറിന്റെ അഗ്ര ത്തിൽ ഘടിപ്പിച്ചിരുന്ന ഡ്രില്ലിങ് മെഷീനും ദൃശ്യമായി.

ആ നാവികന് എന്തോ ആപത്ത് പിണഞ്ഞുവെന്ന് എല്ലാ വർക്കും ഉറപ്പായി. ആശങ്കയോടെ അവർ നോക്കിനിൽക്കേ നീല നിറത്തിലുള്ള ഒരു തുണിക്കഷണം ജലത്തിനുമീതെ പൊന്തിവന്നു.

അൽപ്പംകൂടി കഴിഞ്ഞപ്പോൾ അത് കൂടുതൽ വ്യക്തമായി കാണപ്പെട്ടു.

നാവികന്റെ യൂണിഫോം!

നാവികനെവിടെ? അയാൾ ധരിച്ചിരുന്ന വസ്ത്രങ്ങൾ മാത്രം എങ്ങനെ പൊങ്ങിവന്നു? അയാൾക്കെന്തുപറ്റി? വിവിധ ചിന്ത കളോടെ നീളമുള്ള ഒരു ഹുക്ക് ഉപയോഗിച്ച് അവർ ആ യൂണിഫോം മുകളിലേക്ക് പൊക്കിയെടുത്തു.

"ഹോ!" അവരുടെ ഉള്ളിൽനിന്നും ഒരു ശബ്ദം പുറത്തു വന്നു. ആ കാഴ്ചകാണാനാകാതെ അവർ മുഖംതിരിച്ചു.

യൂണിഫോമിനുള്ളിൽ ഒരസ്ഥികൂടം!

അഞ്ച്

ആ എല്ലിൻകൂട് നാവികന്റേതു തന്നെയായിരുന്നു.

ഒരു മനുഷ്യ ശരീരം ജീർണിച്ച് അസ്ഥികൂടമാകണമെങ്കിൽ മാസങ്ങൾ വേണ്ടിവരും. പക്ഷേ നിമിഷനേരംകൊണ്ട് ഒരു തരി മാംസം പോലും അവശേഷിക്കാത്ത തരത്തിൽ നാവികന്റെ ശരീരം ഈവിധമായത് എങ്ങനെയെന്നറിയാതെ അവർ അന്ധാളിച്ചു.

"ജലപ്പിശാചിന്റെ ആക്രമണമാണ്." ജോലിക്കാർ ഭീതിയോടെ പിറുപിറുത്തു.

"താൻ കണ്ടിട്ടുണ്ടോടോ ജലപ്പിശാചിനെ? ഓരോരോ അന്ധ വിശ്വാസങ്ങളുമായി ബാക്കിയുള്ളവരെക്കൂടി പേടിപ്പിക്കാൻ നോക്കുന്നോ? ചുമ്മാതല്ലെടോ തനിക്കൊക്കെ ഇങ്ങനെ കഴുത യെപ്പോലെ ഭാരവും പേറി നടക്കേണ്ടിവന്നത്." ക്യാപ്റ്റന് ദേഷ്യം വന്നു.

"സർ..ഞങ്ങൾ നദിയിലിറങ്ങി നോക്കട്ടെ എന്താ ണെന്ന്?"സഹപ്രവർത്തകന്റെ ദാരുണ അന്ത്യത്തിന്റെ കാരണം തേടി നാവികർ യന്ത്രത്തോക്കുകളുമായി നദിയിലേക്കിറങ്ങാനൊ രുങ്ങി.

"വേണ്ട .. നിങ്ങൾ പോകണ്ട." ഒരു നിമിഷത്തെ ആലോച നയ്ക്കുശേഷം ക്യാപ്റ്റൻ അവരെ തടഞ്ഞുകൊണ്ട് പറഞ്ഞു.

"ഇനി നിങ്ങൾ പോയി നോക്കൂ.... ജലപ്പിശാചിനെ

നിങ്ങൾക്കു മാത്രമേ പിടിക്കാൻ കഴിയൂ."
പരിഹാസത്തോടെ ഡിസൂസ സമീ
പത്തുനിന്ന മൂന്ന് തൊഴിലാളികളോട്
ആവശ്യപ്പെട്ടു.

"അയ്യോ ... ഇല്ല... സർ. ഞങ്ങൾക്ക്
ഭയമാണ്. ഞങ്ങളെ വെള്ളത്തിലെ ഭൂതം
കൊല്ലും." അവർ ഭയന്ന് പിന്നോട്ടുമാറി.

"പേടിയൊക്കെ താനേ മാറിക്കൊള്ളും." ക്യാപ്റ്റനും
നാവികരും അവരുടെ അടുക്കലേക്ക് ചെന്നു.

"വേണ്ട സർ, ഞങ്ങളെ കൊലയ്ക്ക്
കൊടുക്കരുത്."തൊഴിലാളികൾ നില
വിളിച്ചുകൊണ്ട് ബോട്ടിന്റെ മറുഭാ
ഗത്തേക്ക് ഓടി.

പിന്നാലെയെത്തിയ
നാവികർ അവരെ കൈയോ
ടെ പിടിച്ച് ക്യാപ്റ്റൻ ഡിസൂസയുടെ മുന്നിലെത്തിച്ചു. ഡിസൂസ
അരയിൽനിന്ന് റിവോൾവറെടുത്ത് അവരുടെ തലയ്ക്കുനേരെ
ചൂണ്ടി:

"ഒന്നുകിൽ നദിയിലേക്ക് ചാടുക. അല്ലെങ്കിൽ ചാകാൻ റെഡി
യാവുക. പെട്ടെന്ന് തീരുമാനിക്കണം."ഡിസൂസ വിരൽ
ട്രിഗറിനുമീതെ വച്ചു.

ഈ സമയം തൊഴിലാളികൾക്കു പിന്നിൽ നിന്നിരുന്ന നാവി
കർ അവരെ പൊക്കിയെടുത്ത് നദിയിലേക്കെറിഞ്ഞു. അവർ ജല
ത്തിനടിയിലേക്ക് താണുപോയി.

"അയ്യോ.. രക്ഷിക്കണേ.... എന്നെ കൊല്ലുന്നേ..." അൽപ്പനേരം
കഴിഞ്ഞപ്പോൾ ഒരു തൊഴിലാളിയുടെ തല ഉയർന്നുവന്നു.

അയാൾ പ്രാണരക്ഷാർഥം മുകളിലേക്ക് കൈയുയർത്തി.

മുഖവും ശരീരവുമൊക്കെ രക്തത്തിൽ കുളിച്ച അയാളെ
മറ്റു തൊഴിലാളികൾ വലിച്ചുകയറ്റി പ്ലാറ്റ്ഫോമിൽ കിടത്തി. വേദ
നകൊണ്ട് പുളയുന്ന ആ ശരീരത്തിലേക്ക് ഒന്നേ നോക്കിയുള്ളൂ
എല്ലാവരും. അത്രയ്ക്ക് ഭീകരമായിരുന്നു ആ ദൃശ്യം.

ഇടതുകണ്ണിന്റെ സ്ഥാനത്ത് ഒരു കുഴിമാത്രം! കവിളുകളിലെ
മാംസം പറിച്ചെടുത്തതുപോലെ എല്ലുകൾ തെളിഞ്ഞുനിന്നു.

ചുണ്ടുകൾ അറുത്തുമാറ്റിയ നിലയിൽ പല്ലുകൾ ഉന്തിനിന്നു. നെഞ്ചിലും കൈകാലുകളിലുമൊക്കെ എല്ലുകൾ മാത്രമാണ് അവശേഷിച്ചിരുന്നത്.

ആ കാഴ്ച സഹിക്കാനാകാതെ തൊഴിലാളികൾ മുഖം തിരിച്ച് കണ്ണു കളടച്ചു നിന്നു. നാവികരുടെ സ്ഥിതിയും മറിച്ചായിരുന്നില്ല. അവരുടെ മനോധൈര്യം നഷ്ടപ്പെട്ടു കഴിഞ്ഞിരു ന്നു.

''എന്താണ്? എന്താണ് നിങ്ങൾക്ക് പറ്റിയത്? എന്താണ് നിങ്ങളെ ആക്രമിച്ചത്?''പകുതി ജീവൻമാത്രം അവശേഷിക്കുന്ന ആ ശരീരത്തിനരികിലേക്ക് ക്യാപ്റ്റനിരുന്നു.

എന്തോ പറയുന്നതിനായി അയാൾ വായ തുറന്നു. പക്ഷേ അവിടം ശൂന്യമായിരുന്നു. നാവിന്റെ സ്ഥാനത്ത് ഒരു ചെറിയ മാംസക്കഷണം മാത്രമായിരുന്നു അവശേഷിച്ചിരുന്നത്.

"ഈ ബോഡിയെടുത്ത് വെള്ളിത്തിലേക്ക് കളഞ്ഞേരെ." ക്യാപ്റ്റൻ നിരാശയോടെ എണീറ്റു.

ജീവനുള്ള ആ ശരീരം നാവികർ വലിച്ചിഴച്ച് നദിയിലേക്കെ റിഞ്ഞു.

തൊഴിലാളികൾ കിടുകിടാ വിറയ്ക്കാൻ തുടങ്ങി. ഇനി തങ്ങ ളിൽ ആരെയാണാവോ ക്യാപ്റ്റൻ മരണത്തിലേക്ക് തള്ളിവിടു ന്നതെന്ന് ചിന്തയോടെ അവർ ബോട്ടിന്റെ മറുഭാഗത്തേക്ക് ഓടി പ്പോയി.

"രോ..... രോ..... രോ..." ഉള്ളിലുള്ള ഭയം മറച്ചുകൊണ്ട് നാവികർ വെള്ളത്തിലേക്ക് നിറയൊഴിച്ചു. സൈനികനെയും തൊഴിലാളി കളെയും ദാരുണമായി വകവരുത്തിയ ആ ഭീകരശത്രുവിനെ ഇല്ലായ്മ ചെയ്യുന്നതിനായി ലക്ഷ്യമില്ലാതെ അവർ നിറയൊഴി ച്ചുകൊണ്ടിരുന്നു.

വെടിയേറ്റ് ചിതറിയ ശരീരവുമായി കുറേ ഭീമൻ മത്സ്യങ്ങൾ

പൊന്തിവന്നു. ജലപ്പരപ്പിൽ അവ ഒഴുകിനടന്നു. നാവികന്റെയും തൊഴിലാളികളുടേയും മരണത്തിനിടയാക്കിയ മറ്റൊരു തുമ്പും അവർക്കു ലഭിച്ചില്ല.

"ആ വലിയ മത്സ്യത്തെ വലിച്ചെടുക്കൂ...." ഒഴുകിനടന്ന മത്സ്യ ങ്ങളിലൊന്നിനെ ചൂണ്ടി ക്യാപ്റ്റൻ നിർദേശിച്ചു.

സഹപ്രവർത്തകൻ നഷ്ടപ്പെട്ട വേദന മാറും മുന്നേ മീൻ രുചിക്കാനുള്ള ക്യാപ്റ്റന്റെ കാടത്തത്തെ ശപിച്ചുകൊണ്ട് നാവി കർ ആ വലിയ മത്സ്യത്തെ കൂർത്ത കമ്പികൾ ഉപയോഗിച്ച് മുക ളിലേക്ക് വലിച്ചെടുത്തു.

ക്യാപ്റ്റൻ ഡിസൂസ അതിനെ കൈത്തണ്ടയിലെടുത്ത് അൽപ്പ സമയം പരിശോധിച്ചു. പിന്നെ, തന്റെ ലാപ്ടോപ് കമ്പ്യൂ ട്ടറെടുത്ത് ഇന്റർനെറ്റിൽ എന്തോ പരതി.

"ഇതാണ് പിരാനാ മത്സ്യം. ചോരയുടെ ഗന്ധം മണത്ത് കൂട്ട മായെത്തി ഇവ ആക്രമിക്കും. എത്ര വലിപ്പമുള്ള ജീവിയാണെ ങ്കിലും വകവരുത്താൻ ഇവറ്റകൾക്ക് നിമിഷനേരം മതി. ഒരു തരി മാംസവും അവശേഷിപ്പിക്കാതെ അസ്ഥിപഞ്ജരമാക്കിമാറ്റാൻ ഇവറ്റയ്ക്കേ സാധിക്കൂ." ഇന്റർനെറ്റിൽ ചില പിരാനാ ആക്രമ ണങ്ങളുടെ ചിത്രങ്ങൾ ചുറ്റും നിന്ന നാവികരെ കാട്ടിക്കൊണ്ട് ഡിസൂസ തുടർന്നു:

"ഈ നദിയിൽ ധാരാളം പിരാനകൾ ഉണ്ടാകാം. നാവികന്റെ മരണത്തിന് കാരണക്കാർ മറ്റാരുമല്ല. തോക്കോ മറ്റായുധങ്ങളോ ഇവയ്ക്കു മുന്നിൽ ഒന്നുമല്ല. നദിയിലിറങ്ങാതെ ആ പാറകൾ തകർക്കാനും സാധ്യമല്ല. പക്ഷേ നദിയിലിറങ്ങി ഇനിയെരു പരീ ക്ഷണത്തിന് മുതിരുന്നതും ശുഭകരമല്ല. അതിനാൽ നമ്മൾ തിരി കെപ്പോകുന്നു." കൈയിലിരുന്ന മത്സ്യത്തിന്റെ വായ പിളർത്തി കൂർത്ത പല്ലുകൾ കാട്ടിക്കൊണ്ട് ക്യാപ്റ്റൻ നിരാശയോടെ പറ ഞ്ഞു.

നാവികർക്കും തൊഴിലാളികൾക്കും ആശ്വാസമായി.

പുറപ്പെട്ടിടത്തേക്കുതന്നെ ബോട്ട് മടക്കയാത്ര ആരംഭിച്ചു.

ബോട്ട് പോയി കുറച്ചു സമയം കഴിഞ്ഞപ്പോൾ......

ജലപ്പരപ്പിൽ ഉന്തി നിന്നിരുന്ന പറകൾ ഓരോന്നായി അന ങ്ങിത്തുടങ്ങി. കുഞ്ഞൻ പാറകൾ മുതൽ ഭീമാകാരമായവ വരെ ഇബുബ ലക്ഷ്യമാക്കി മെല്ലെ നീങ്ങിത്തുടങ്ങി.

ഇബൂബയുടെ തീരത്തെത്തിയതും പാറകൾക്ക് കൈകളായി, കാലുകളായി, തലകളും തുമ്പിക്കൈകളുമൊക്കെയായി.

കൈകാലുകളും തലയുമൊക്കെ ജലത്തിനടിയിൽ ഒളിപ്പിച്ച് ജലപ്പുരപ്പിൽ പാറകളെപ്പോലെ നിശ്ചലമായിക്കിടന്നിരുന്ന മുത ലക്കുട്ടന്മാരും ആമകളും ആനകളുമൊക്കെ പിന്നാലെ വന്ന പിരാ നാമത്സ്യങ്ങൾക്ക് നന്ദി പറഞ്ഞുകൊണ്ട് പതിയെ കരയിലേക്ക് കയറി. അവിടെ ജലപ്പോരാളികളെ വരവേൽക്കാൻ സടകനും കൂട്ടരും നിൽപ്പുണ്ടായിരുന്നു. മനുഷ്യരുടെ പദ്ധതി മുൻകൂട്ടി അറി യിക്കാൻ കഴിഞ്ഞ ചാരിതാർഥ്യത്തോടെ സുന്ദരിപ്രാവ് സിനോ നയിലേക്ക് പറന്നു. അടുത്ത നീക്കം അറിയുന്നതിനായി.

*   *   *

"എന്തുപറ്റി ജനറൽ ഖുറേഷി? താങ്കളുടെ നാവികർക്ക് എന്താണ് സംഭവിച്ചത്? എന്തുകൊണ്ടാണ് അവർ തിരികെപ്പോ ന്നത്." ഫോണിലൂടെ പ്രസിഡന്റ് റിനോച്ചയാണ് ചോദിക്കുന്നത്.

"അത് സർ...... നദിമുഴുവൻ മരക്കുറ്റികളായിരുന്നു. അതൊക്കെ മുറിച്ചുമാറ്റി ചെന്നപ്പോൾ പാറക്കൂട്ടങ്ങൾ. എന്തു ചെയ്യാൻ പറ്റും? പാറകൾക്കു മുകളിലൂടെ ബോട്ട് യാത്ര പറ്റി ല്ലല്ലോ." ജനറൽ തന്റെ നിസ്സഹായാവസ്ഥ പ്രസിഡന്റിനെ ബോധിപ്പിച്ചു.

"ശരി... ഓ.കെ. അത് സാരമില്ല.... ഇനി അടുത്ത പ്ലാനെന്താണ്?"

"സിനോനയ്ക്കും ഇബൂബയ്ക്കുമിടയിൽ നദിയുടെ വീതി കുറഞ്ഞ ഒരു ഭാഗമുണ്ട്. അവിടെ ഒരു പാലം നിർമിച്ച് അതി ലൂടെ അക്കരെയെത്താനാണ് ഉദ്ദേശിക്കുന്നത്?"

"പാലമോ? അതൊക്കെ നിർമിച്ചുവരുമ്പോഴേക്കും മാസങ്ങ ളെടുക്കില്ലേ? താൻ പെട്ടെന്ന് ചെയ്യാൻ പറ്റുന്ന എന്തെങ്കിലും ആലോചിക്കൂ മിസ്റ്റർ ഖുറേഷീ." ജനറലിന് ചെറുതായി ദേഷ്യം വന്നു.

"സർ... ഇത് സാധാരണ പാലമല്ല. സൈനികർ മാത്രം ഉപ യോഗിക്കുന്നതാണ്. യുദ്ധസമയത്തും മറ്റ് അടിയന്തര സാഹച ര്യങ്ങളിലും പെട്ടെന്ന് നിർമിച്ചെടുക്കാവുന്ന റെഡിമെയ്ഡ് പാലം. ഒറ്റ ദിവസംകൊണ്ട് ഹേസി നദിക്ക് കുറുകെ പാലം നിർമി ച്ചെടുക്കാൻ സാധിക്കും."

"ഒറ്റ ദിവസംകൊണ്ടോ? അങ്ങനെയെങ്കിൽ അങ്ങനെ. എന്തുചെയ്താലും പെട്ടെന്ന് കാര്യം സാധിക്കണം. ഞാൻ വീണ്ടും വിളിക്കാം." റിനോച്ച ഫോൺ കട്ട് ചെയ്തു.

*　　　*　　　*　　　*

നാട്ടിൽ നിന്നുള്ള പുതിയ വാർത്ത മൃഗങ്ങളെ ശരിക്കും അങ്കലാപ്പിലാക്കി. ആദ്യ വിജയത്തിന്റെ ആഹ്ലാദാരവങ്ങൾ ഒ ടുങ്ങും മുൻപേ ഇതാ അടുത്ത അപകടം.

ഹോസി നദിക്ക് കുറുകെ മനുഷ്യർ പാലം നിർമിക്കാൻ പോകുന്നു!

"അവരെ എങ്ങനെ തടയും?"

"ഞങ്ങൾ ഒന്നിച്ചുചെന്ന് അവർ നിർമിക്കുന്ന പാലം തകർത്തു കളഞ്ഞാലോ?" മസ്തകനാനയും കൂട്ടരും ആരാഞ്ഞു.

"അതപകടമാണ്. അവരുടെ പക്കൽ തോക്കുണ്ട്. നിങ്ങൾക്ക് വെടിയേൽക്കും."സടകൻ അവരെ പിൻതിരിപ്പിച്ചുകൊണ്ട് നദി ക്കരയിലേക്ക് നടന്നു. കൂടെ മറ്റുള്ളവരും.

സിനോനയുടെ ഒരു ഭാഗം ഹോസി നദിയിലേക്ക് ഒരു മുന മ്പുപോലെ തള്ളി നിൽപ്പുണ്ട്.

"അവിടെയായിരിക്കും മനുഷ്യർ പാലം പണിയുവാൻ പോവുക." ആ ഭാഗം ചൂണ്ടിക്കാട്ടിക്കൊണ്ട് ചിമ്പുക്കുരങ്ങൾ അറി യിച്ചു.

"അവിടെ ആഴമുണ്ടെങ്കിലും വീതി വളരെ കുറവാണ്. മനുഷ്യർക്ക് പാലം പണിയുവാൻ അതാണ് ആവശ്യവും." ചിമ്പു വീണ്ടും പറഞ്ഞു.

"നദിയുടെ വീതി കൂട്ടുന്ന കാര്യമൊന്നും ആലോചിക്കണ്ട. മറ്റു മാർഗം വല്ലതുമുണ്ടോയെന്ന് നോക്കണം." വെള്ളത്തിൽ കിടന്ന ഒരു മുതലച്ചാർ പറഞ്ഞു.

"പാലം കടന്ന് ഇക്കരെയെത്തുന്ന മനുഷ്യരെ ആക്രമിച്ച് കീഴ്പെടുത്താനൊന്നും കഴിയില്ല. അതിനാൽ അവർ പാലം നിർമിക്കാതെ നോക്കുകയോ പണിതപാലം തകർക്കുകയോ ചെയ്യുന്നതിനുള്ള തന്ത്രമാണ് മെനയേണ്ടത്." ചീറ്റൻ പുലി അഭി പ്രായപ്പെട്ടു.

"അവർ പാലം പണിയട്ടെ. നമുക്കത് തകർത്തുകളയാം."

സിംഹരാജൻ സടകൻ എന്തോ തീരുമാനിച്ചുറച്ചതുപോലെ പറ
ഞ്ഞു.

"എങ്ങനെ?" എല്ലാവരും ഒരേ സ്വരത്തിൽ ചോദിച്ചു.

"അതിന് നമുക്ക് ഇവരുടെ സഹായം കൂടിയേ തീരൂ." ബീവ
റുകളെ നോക്കിക്കൊണ്ടാണ് സടകൻ വീണ്ടും പറഞ്ഞു.

"ഞങ്ങളോ? അതെങ്ങനെ?" ജന്തുലോകത്തെ എൻജിനീ
യർമാർ എന്നറിയപ്പെടുന്ന ബീവറുകൾ അൽപ്പം അമ്പരപ്പോടെ
ചോദിച്ചു.

സടകൻ തന്റെ പദ്ധതി ബീവറുകളോട് വിശദീകരിച്ചു.
കേൾക്കെ കേൾക്കെ അവരുടെ മുഖം തെളിഞ്ഞു
തെളിഞ്ഞുവന്നു.

"നിങ്ങളെല്ലാവരും സഹായിക്കുമെങ്കിൽ നിഷ്പ്രയാസം
നമുക്ക് വിജയിക്കാനാകും." ബീവറുകൾ ഉത്സാഹത്തോടെ പറ
ഞ്ഞു.

"എന്തിനും ഞങ്ങൾ തയ്യാർ." കാര്യമെന്താണെന്ന് അറിഞ്ഞി
ല്ലെങ്കിലും മസ്തകനും കൂട്ടർക്കും ബീവറുകളെ സഹായിക്കാൻ
നൂറുവട്ടം സമ്മതം.

സടകൻ മറ്റുള്ളവരുമായും തന്റെ ആശയം പങ്കുവെച്ചു. അത്
നടപ്പിലാക്കുന്നതിനായി ബീവറുകളുടെ നേതൃത്വത്തിൽ അവ
രെല്ലാം പുഴയുടെ മുകൾഭാഗത്തേക്ക് നടന്നു.

*   *   *   *

അതിരാവിലെതന്നെ മിലിട്ടറിയുടെ ഒരു വൻ വാഹനവ്യൂഹം
നദിക്കരയിലെത്തി. കൂറ്റൻ ട്രെയിലറുകളിൽ പാലം നിർമിക്കാ
നാവശ്യമായ സാമഗ്രികൾ എത്തിക്കൊണ്ടിരുന്നു. അവയിൽ
നിന്ന് മിലിട്ടറിയിലെ എൻജിനീയറിങ് വിഭാഗത്തിലെ സൈനി
കർ ചാടിയിറങ്ങി. പാലനിർമാണത്തിന് മേൽനോട്ടം വഹിക്കുന്ന
മേജർ നദിക്കരയായകെ ഒന്നു വീക്ഷിച്ചതിനു ശേഷം
വീതികുറഞ്ഞ ആ ഭാഗംതന്നെ പാലനിർമാണത്തിനായി തെര
ഞ്ഞെടുത്തു.

"നദിയിൽ വെള്ളം വളരെ കുറവാണ്. ചെറിയൊരു പാല
ത്തിന്റെ ആവശ്യമേ ഉള്ളൂ." മേജർ നിർദേശിച്ചു.

പാലംപണി ആരംഭിച്ചു.

ട്രെയിലറുകളിലുള്ള വിവിധ ഭാഗങ്ങൾ കൂട്ടിയോജിപ്പിച്ചാണ് റെഡിമെയ്ഡ് പാലം നിർമിക്കുന്നത്. നൂറുകണക്കിന് സൈനി കരും ക്രെയിനുമൊക്കെ അതിന് തയാറായി നിന്നു. എത്രയും പെട്ടെന്ന് പാലംപണി പൂർത്തീകരിക്കുന്നതിനായി അവർ ശ്രമം തുടങ്ങി.

പാലം പണി നടക്കുന്നതിന് കുറെ മുകളിലായി മൃഗങ്ങ ളെല്ലാം വിശ്രമിക്കുകയാണ്. ചിലർ നന്നായി ഉറങ്ങുന്നു, മറ്റ് ചിലർ പാതി മയക്കത്തിൽ, ഉറക്കമുണർന്നവർ വേറെ.

രാത്രി മുഴുവൻ അധ്വാനിച്ച് വലിയൊരു ഡാം നിർമിച്ചതിന്റെ ക്ഷീണത്തിലായിരുന്നു അവർ.

അണക്കെട്ട് (ഡാം) നിർമിക്കുന്ന ജീവികൾ എന്ന് പരക്കെ അറിയപ്പെടുന്ന ബീവറുകളായിരുന്നു അതിന് നേതൃത്വം നൽകി യിരുന്നത്. ഇരപിടിക്കുന്നതിനാണ് ചെറിയ ചെറിയ കമ്പുകളും കല്ലുകളും ചെളികളുമൊക്കെ ഉപയോഗിച്ച് ബീവറുകൾ കുഞ്ഞു കുഞ്ഞ് ഡാമുകൾ നിർമിക്കാറുള്ളത്. ജലപ്രവാഹത്തെ തടഞ്ഞു നിർത്തി മീൻ പിടിക്കാനുള്ള സൂത്രമാണ് അതിനു പിന്നിലു ള്ളത്.

ഒരു കൂറ്റൻ ഡാം തന്നെയാണ് അവർ നിർമിച്ചത്. വലിയ പാറകൾ നദിക്കു കുറുകെ അടുക്കിവച്ചും കൂറ്റൻ തടികൾ ചേർത്തുവച്ച് കാട്ടുവള്ളികൾകൊണ്ട് കെട്ടിവച്ചുമൊക്കെയായി രുന്നു ഡാം നിർമാണം. ചെറുകമ്പുകളും ചെളിയുമെല്ലാം ഉപ യോഗപ്പെടുത്തി അവർ ജലപ്രവാഹത്തെ തടഞ്ഞുനിർത്തി. ബീവർ എൻജിനീയർമാരുടെ നിർദേശാനുസരണം ആനകൾ, സിംഹങ്ങൾ, ഹിപ്പപ്പൊട്ടാമസ്സുകൾ, കാണ്ടാമൃഗങ്ങൾ തുടങ്ങി മുതലകളും ആമകളും വരെ അതിനായി അക്ഷീണം പ്രയത്നിച്ചു.

ഡാമിന്റെ മുകൾഭാഗത്ത് അടുക്കിയിരുന്ന തടികൾ ബല മുള്ള കനത്ത കാട്ടുവള്ളികൾ ചുറ്റിപ്പിണച്ച് കൂട്ടിക്കെട്ടിയിരുന്നു. അതിന്റെ അഗ്രം കാട്ടിനുള്ളിൽ മറഞ്ഞുനിന്നിരുന്ന ആനകളുടെ തുമ്പിക്കെയിൽ ഭദ്രമായിരുന്നു.

അവിടെ ഇങ്ങനെ ഒരു ഡാം നിർമിച്ചതുമൂലമാണ് പാലം പണിക്കായി വന്നവർക്ക് നദിയിൽ വെള്ളം കുറവായി തോന്നി യതും ചെറിയൊരു പാലം നിർമിക്കാൻ തീരുമാനിച്ചതും.

വൈകിട്ടോടെ പാലംപണി പൂർത്തിയായി.

കുറേ സൈനികരും തൊഴിലാളികളുമെല്ലാം ആയുധങ്ങളും യന്ത്രസാമഗ്രികളുമായി പാലത്തിലേക്ക് കയറി. താൽക്കാലിക പാലമായതിനാൽ ചെറിയ ചെറിയ സംഘങ്ങളായിമാത്രം പാലം കടന്നാൽ മതിയെന്ന നിർദേശം മേജർ നൽകിയിരുന്നു. വരിവ രിയായി അച്ചടക്കത്തോടെ അവർ അക്കരയ്ക്ക് നടന്നു. ഏക ദേശം പാലത്തിന്റെ മധ്യ ഭാഗത്തെത്തിയതും...

പറക്കൻ ഒരു പ്രത്യേകശബ്ദത്തിൽ ചിലച്ചു.

സൂചന ലഭിച്ചതും മസ്തകനുംകൂട്ടരും കാട്ടുവള്ളികളിൽ പിടിച്ച് ഒറ്റ വലി.

ഡാമിൽ അടുക്കിവച്ചിരുന്ന തടികൾ ഇളകിമാറി. കെട്ടി നിർത്തിയിരുന്ന ജലം സർവശക്തിയോടെ താഴേക്കൊഴുകി.

ഒരിരമ്പൽ....

എന്താണത്? സൈനികർ നദിയുടെ മുകൾഭാഗത്തേക്ക് നോക്കി.

ഒന്നനങ്ങാൻ കഴിയുന്നതിനുമുന്നേ ആർത്തലച്ചുവന്ന ജല പ്രവാഹം അവരെ മൂടി.

ഒഴുകിവന്ന കൂറ്റൻ തടിക്ഷണങ്ങളിടിച്ച് പാലം ഒരു വശ ത്തേക്ക് ചരിഞ്ഞു. പല കഷണങ്ങളായി അത് നദിയിലേക്ക് വീണു. ഒപ്പം അതിലുണ്ടായിരുന്ന മനുഷ്യരും യന്ത്രങ്ങളും.

"അയ്യോ....രക്ഷിക്കണേ...." പ്രാണരക്ഷാർഥമുള്ള നില വിളികൾ അന്തരീക്ഷത്തിൽ മുഴങ്ങി.

കാത്തുകിടന്നിരുന്ന മുതലക്കുട്ടന്മാർ അവരെ കടിച്ചുകീറി. നീന്തി രക്ഷപ്പെടാൻ ശ്രമിച്ചവരുടെ കാലിൽ പിടികൂടിക്കൊണ്ട് അവ ജലത്തിനടിയിലേക്ക് മുങ്ങാംകുഴിയിട്ടു. പിരാനാ മത്സ്യ ങ്ങളും ഒപ്പം കൂടി. ശക്തിയായി ഒഴുകിവന്ന മരത്തടികളുടെ ഇടി യേറ്റ് അവരുടെ തലയോട് തകർന്നു. തടികളിൽ അള്ളിപ്പിടിച്ചു കിടന്നവർ മുതലവാൽ കൊണ്ടുള്ള പ്രഹരമേറ്റ് വീണ്ടും വെള്ള ത്തിലേക്കുതന്നെ വീണു.

കരയിലുണ്ടായിരുന്ന സൈനികർ നദിയിൽ വീണവരെ രക്ഷി ക്കാനായി തോക്കുമായി അവിടേക്കോടിയെത്തി. പക്ഷേ അപ്പോ ഴേക്കും അവസാനത്തെ ആളിനെയും വകവരുത്തി മുതലകൾ അകലേക്ക് പൊയ്ക്കഴിഞ്ഞിരുന്നു.

ആറ്

പാലം തകർത്ത് മനുഷ്യരെ പിന്തിരിപ്പിക്കാൻ കഴിഞ്ഞു വെങ്കിലും വിശ്രമിക്കാൻ നേരമായിട്ടില്ലെന്ന് മൃഗങ്ങൾക്ക് നന്നാ യറിയാമായിരുന്നു.

"തോറ്റ് പിന്മാറുന്നവരല്ല മനുഷ്യർ. അവർ തിരിച്ചുവരും. തകർക്കാൻ പറ്റാത്ത സന്നാഹങ്ങളുമായി അവർ താമസിയാതെ ഇവിടെയെത്തും." സുപ്രൻ കുരങ്ങൻ പറഞ്ഞു.

"അതേയതേ... കൂടുതൽ ഉറപ്പും വലിപ്പവുമുള്ള പാലം നിർമിച്ചാൽ നമുക്ക് ഒന്നും ചെയ്യാൻ കഴിയില്ല. ഡാം പൊട്ടിച്ചു വിടുന്ന വെള്ളമൊക്കെ അതിനടിയിലൂടെ ഒഴുകിപ്പോകും. പാല ത്തിലൂടെ അവർ സുഖമായി ഇക്കരെയ്ക്കെത്തുകയും ചെയ്യും." വീരൻകരടി അഭിപ്രായപ്പെട്ടു.

"മറ്റൊരുകാര്യമുള്ളത്, അവർ വീണ്ടും പാലം നിർമിക്കുക യാണെങ്കിൽ അത് പൂർത്തിയാകുന്നതിനുമുന്നേ വീണ്ടുമൊരു ഡാം നിർമിക്കാൻ നമുക്ക് കഴിഞ്ഞേക്കും. പക്ഷേ.... ചെറുവള്ള ങ്ങളിലോ മറ്റോ നദി കടക്കാൻ തീരുമാനിച്ചാലോ? നിമിഷനേരം കൊണ്ട് അവർ ഇക്കരെയെത്തും. നമുക്കൊന്നും ചെയ്യാൻ കഴി യുകയില്ല. അതുകൊണ്ട്....." സുപ്രൻ തിരിഞ്ഞ് ബീവറുകളെ നോക്കി.

"അതുകൊണ്ട്?" എല്ലാവരും ഒരേ സ്വരത്തിൽ ചോദിച്ചു.

"അതുകൊണ്ട് ഒരു ഡാം നേരത്തേ നിർമിച്ചാൽ നദിയിലു

ടെയുള്ള മനുഷ്യരുടെ ഏതു നീക്കത്തെയും ഒരു പരിധിവരെ നേരിടാനാകും."

സുപ്രന്റെ അഭിപ്രായം ശരിയാണെന്ന് മറ്റുള്ളവർക്ക് തോന്നി. വീണ്ടുമൊരു ഡാം നിർമിക്കേണ്ടതിന്റെ ആവശ്യകത എല്ലാവർക്കും ബോധ്യപ്പെട്ടു.

"നാം ഇപ്പോൾത്തന്നെ നദിക്കരയിലേക്ക് പോകുന്നു." ഇത്രയും പറഞ്ഞുകൊണ്ട് സടകൻ എണീറ്റ് നദിക്കരയിലേക്ക് നടന്നു. പിന്നാലെ മറ്റുള്ളവരും.

"മസ്തകൻ ചേട്ടാ... പണ്ട് വന്നതുപോലെ അവർ ആകാശ ത്തിലൂടെ വന്നാൽ നാം എന്തു ചെയ്യും?" പതിഞ്ഞ ശബ്ദത്തിൽ പിന്റുമാൻ മസ്തകനോടു ചോദിച്ചു.

അതിനുള്ള ഉത്തരം മസ്തകനറിയില്ലായിരുന്നു.

*   *   *   *

"ജനറൽ ഖുറേഷീ... താങ്കൾ വീണ്ടും പരാജയപ്പെട്ടിരിക്കു ന്നു. ഇത്രയധികം ആധുനിക സജ്ജീകരണങ്ങൾ ഉണ്ടായിട്ടും തന്റെ ആൾക്കാർക്ക് ഇബൂബയിലൊന്നു കാല് കുത്താൻ പോലും കഴിഞ്ഞില്ലല്ലോടോ. കേവലമൊരു വനപ്രദേശം കൈയടക്കാൻ സാധിക്കാത്ത താൻ രാജ്യത്തിന്റെ സുരക്ഷ എങ്ങനെ കാത്തു സൂക്ഷിക്കും?" പ്രസിഡന്റ് റിനോച്ച വളരെ പരുഷമായാണ് സംസാരിച്ചത്.

"അപ്രതീക്ഷിതമായെത്തിയ മലവെള്ളമാണ് സാർ എല്ലാം തകിടം മറിച്ചത്. പാലം പണിയെല്ലാം പൂർത്തിയാക്കി നമ്മുടെ ആൾക്കാർ നദിയുടെ മധ്യഭാഗത്തോളം എത്തിയതായിരുന്നു. എന്തുചെയ്യാം, പ്രകൃതിയോട് യുദ്ധം ചെയ്യാൻ നമുക്കാവില്ലല്ലോ. ഒരു നദിയെ തടഞ്ഞുനിർത്താനുള്ള ശക്തിയെന്നും നമുക്കില്ല സാർ." റിനോച്ചയുടെ സംഭാഷണം ഖുറേഷിക്കും രസിച്ചില്ല.

"പക്ഷേ... ഈ വേനൽക്കാലത്ത് അങ്ങനെയൊരു മലവെ ള്ളപ്പാച്ചിൽ ഉണ്ടാകാൻ യാതൊരു സാധ്യതയുമില്ലെന്നാണ് നമ്മുടെ കാലാവസ്ഥാ നിരീക്ഷണ കേന്ദ്രത്തിൽനിന്നും ലഭിച്ച റിപ്പോർട്ട്." ഒരു പേപ്പർ നിവർത്തിക്കാണിച്ചുകൊണ്ട് പ്രൊഫ. കാമറൂൺ ജനറലിന്റെ അടുക്കലേക്ക് വന്നു.

"ഓ.. കാലാവസ്ഥാ നിരീക്ഷകർ. മണ്ണാങ്കട്ട. എടോ.. അവർ

പറഞ്ഞിട്ടുള്ള ഏതു കാര്യമാണ് ഇന്നേവരെ ശരിയായി നടന്നി ട്ടുള്ളത്? അവർ മഴ പെയ്യുമെന്നു പറഞ്ഞാൽ പിന്നെ അടുത്ത കാലത്തൊന്നും ഒരു മഴ പ്രതീക്ഷിക്കുകയേ വേണ്ട. നല്ല തെളിഞ്ഞ കാലാവസ്ഥയെന്നു പറഞ്ഞാലോ... അന്ന് ഇടിവെട്ടി മഴ പെയ്യും. അതുകൊണ്ട് അവന്മാരുടെ കാര്യമൊന്നും പറയാ തിരിക്കുന്നതാണ് ഭേദം." ജനറലിന് ദേഷ്യം വന്നു.

"നമ്മൾ പരസ്പരം കുറ്റം പറഞ്ഞിട്ട് കാര്യമില്ല. മുന്നോട്ടുള്ള കാര്യങ്ങളെപ്പറ്റി ചിന്തിക്കാം." പ്രൊഫസർ നയത്തിൽ പറഞ്ഞു.

"എന്തുചെയ്താലും ശരി ഇത്തവണ കാര്യം നടക്കണം. അതിനുവേണ്ടതെന്തും ചെയ്യുന്നതിനുള്ള സ്വാതന്ത്ര്യം ഞാൻ താങ്കൾക്ക് നൽകുന്നു. ഏറിയാൽ രണ്ടു ദിവസം. അതിനുള്ളിൽ അത് നടന്നിരിക്കണം." ഇത്രയും പറഞ്ഞ് റിനോച്ച ആ മുറി വിട്ടിറങ്ങി.

*　　　　*　　　　*　　　　*

അഞ്ച് സൈനിക ഹെലികോപ്ടറുകൾ. ഒരേ വേഗതയിൽ ഒരേ ദിശയിലേക്ക് അവ പറന്നുകൊണ്ടിരുന്നു. രണ്ടെണ്ണത്തിൽ നിറയെ സായുധരായ സൈനികരായിരുന്നു. ഒന്നിൽ തൊഴിലാ ളികളും. മെഷിനറികളടങ്ങിയ ഭീമാകാരമായ കണ്ടെയ്നർ മറ്റു രണ്ടു ഹെലികോപ്ടറുകളുടെ അടിയിൽ തൂങ്ങിക്കിടന്നു. അവ ഇബൂബ ലക്ഷ്യമാക്കി അതിവേഗം നീങ്ങിക്കൊണ്ടിരുന്നു.

യാത്രാമധ്യേയാണ് പൈലറ്റ് അത് ശ്രദ്ധിച്ചത്. ഹെലികോ പ്ടറിന്റെ സഞ്ചാരപഥത്തിൽ നിറയെ പക്ഷികൾ വട്ടമിട്ടു പറ ക്കുന്നു. ഇത്രയും പക്ഷികളെ ഒന്നിച്ച് അവരാരും ഇതുവരെ കണ്ടിട്ടുണ്ടായിരുന്നില്ല.

"ഇതെന്താ പക്ഷികളുടെ ലോകമഹാസമ്മേളനമോ?" പൈല റ്റുമാർ അത്ഭുതം കൂറി.

ഹെലികോപ്ടറുകൾ അടുത്തെത്തിയിട്ടും അവയ്ക്ക് യാതൊരു കുലുക്കവുമില്ല.

ഹെലികോപ്ടറുകളുടെ ദിശ അൽപ്പം മാറ്റിയപ്പോൾ പക്ഷികളും ദിശമാറ്റി. ഇനിയും മുന്നോട്ടു പോയാൽ പക്ഷികളു മായി കൂട്ടിയിടിക്കുമെന്ന സ്ഥിതിയിലായി.

ആകാശമാർഗം മനുഷ്യർ ഇബൂബയിലെത്താതിരിക്കാൻ പറ

ക്കനും കൂട്ടരും ആവിഷ്ക്ക രിച്ച തന്ത്രമായിരുന്നു അത്. ഭീമാകാരമായ വിമാന ങ്ങൾപോലും ഇത്തിരി പ്പോന്ന പക്ഷികളുമായി കൂട്ടിയിടിച്ച് കത്തിച്ചാമ്പലാ യിട്ടുണ്ടെന്ന സത്യം നാട്ടിലെ പക്ഷികളാണ് പറ ക്കന് നൽകിയത്. അങ്ങനെ യാണ് ഈ ആശയം അവന്റെ മനസിൽ തോന്നി യത്.

പക്ഷികളുമായി കൂട്ടിയി ടിച്ച് ഹെലികോപ്ടർ തകരു മെന്നതിനാൽ അവർ വന്ന പോലെ മടങ്ങിപ്പോകുമെന്ന് പറക്കനും കൂട്ടരും കരുതി.

പക്ഷേ...

അവരുടെ കണക്കുകൂട്ടലുകളെല്ലാം വൃഥാവിലായി.

"ടോ..... ടോ.... ടോ....."

ഹെലികോപ്ടറുകളിൽനിന്ന് വെടിയുണ്ടകൾ തുരുതുരെ പാഞ്ഞുവന്നു.

അപ്രതീക്ഷിതമായ ആക്രമണത്തിൽ പക്ഷികൾ പകച്ചുപോ യി.

"അകലേക്ക് പറന്നു രക്ഷപ്പെടൂ." പറക്കൻ ഉറക്കെ വിളിച്ചു പറഞ്ഞു.

പക്ഷികൾ ചിതറിപ്പറന്നു. പക്ഷേ ആ ബുള്ളറ്റ്മഴയിൽനിന്ന് എല്ലാവർക്കും രക്ഷപ്പെടാനായില്ല. ചീറിവന്ന വെടിയുണ്ടകളേറ്റ് പക്ഷികൾ കരിഞ്ഞുവീണു. ചിറകിന് വെടിയേറ്റവർ താഴേക്ക് മലക്കം മറിഞ്ഞു. മുറിവേറ്റ് മരച്ചില്ലകളിൽ തടഞ്ഞിരുന്നവരെ വാനരസംഘം താഴെയെത്തിച്ചു. കാത്തുനിന്ന സഞ്ചിമൃഗങ്ങൾ – കംഗാരുക്കൾ— അവയെ തങ്ങളുടെ സഞ്ചികളിൽ സുരക്ഷിത രാക്കി മൂങ്ങ വൈദ്യരുടെ അടുക്കലേക്ക് പാഞ്ഞു. വെടിയേറ്റ കുറേയെണ്ണം നദിയിൽ വീണ് താഴേക്കൊഴുകിപ്പോയി. അക്കൂട്ട

ത്തിൽ ജീവൻ അവശേഷി
ക്കുന്നവയെ മുതലക്കുട്ടന്മാർ
കരയ്ക്കെത്തിച്ചു. കംഗാരു
ക്കൾ അവിടെയും ഓടിയെ
ത്തി.

ലക്ഷ്യം തെറ്റിയ വെടി
യുണ്ടകൾ മരച്ചില്ലകളിലേക്ക്
പാഞ്ഞുകയറി. ചില മരക്കൊ
മ്പുകൾ അറ്റുവീണു. ഇല
കൾ കീറിപ്പറിച്ച് വെടിയുണ്ട
കൾ കടന്നുപോയി. പക്ഷി
ക്കൂടുകളും മുട്ടകളും പറക്ക
മുറ്റാത്ത കുഞ്ഞുങ്ങളു
മൊക്കെ കരിഞ്ഞുവീണു.

നിമിഷനേരം കൊണ്ട് ആകാശം വിജനമായി. പക്ഷികളെല്ലാം
പ്രാണരക്ഷാർഥം അകലേക്ക് പറന്നുകഴിഞ്ഞിരുന്നു.

റൂട്ട് ക്ലിയറായതോടെ ഹെലികോപ്ടറുകൾ മുന്നോട്ടുള്ള
യാത്ര തുടർന്നു. ഇബൂബയ്ക്കു മുകളിലെത്തിയ അവ ലാൻഡ്
ചെയ്യാൻ പറ്റിയൊരിടം നോക്കി വട്ടംചുറ്റിക്കൊണ്ടിരുന്നു. അവ
സാനം ജിംബി മലമുകളിലായി മൃഗങ്ങൾ സമ്മേളിക്കുന്ന ആ
സ്ഥലം പൈലറ്റ് കണ്ടെത്തി. പക്ഷേ അവിടവിടെ
യായിക്കിടന്നിരുന്ന ഉരുളൻ കല്ലുകൾ മാറ്റാതെ തരമില്ലായിരു
ന്നു.

"കുറച്ചുപേർ പാരച്യൂട്ടിലിറങ്ങേണ്ടിവരും. ആ കല്ലുകൾ
മാറ്റാതെ ലാൻഡ് ചെയ്യാനാവില്ല." പൈലറ്റ് സൈനികരോട് നിർദേ
ശിച്ചു.

താഴ്ന്ന് പറന്നുകൊണ്ടിരുന്ന ഹെലികോപ്ടർ വളരെ ഉയര
ത്തിലേക്ക് പറന്നു പൊങ്ങി.

സൈനികർ താഴേക്ക് ചാടുമ്പോൾ പാരച്യൂട്ടുകൾ വിടരാ
നുള്ള ശക്തിയും സമയവും ലഭിക്കാൻ വേണ്ടിയായിരുന്നു ഹെലി
കോപ്ടർ കൂടുതൽ ഉയരത്തിലേക്ക് പൊങ്ങിയത്.

മുന്നിലുണ്ടായിരുന്ന ഹെലികോപ്ടറിൽനിന്ന് സൈനികർ
പാരച്യൂട്ട് ജാക്കറ്റ് അണിഞ്ഞുകൊണ്ട് വാതിൽക്കലേക്ക് വന്നു.

ഓരോരുത്തരായി താഴേക്ക് ചാടി. അവർ വളരെ വേഗം താഴേക്ക് പൊയ്ക്കൊണ്ടിരുന്നു. പാരച്യൂട്ടുകൾ വിടർന്നു പൊങ്ങി. വളരെ സാവധാനം അവ സൈനികരെയും വഹിച്ചുകൊണ്ട് താഴേക്ക് പൊയ്ക്കൊണ്ടിരുന്നു.

ഒരു മരക്കൊമ്പിലിരുന്ന് ഒരു പൊന്മാൻ വളരെ ദുഃഖത്തോടെ ഇതെല്ലാം വീക്ഷിക്കുന്നുണ്ടായിരുന്നു. ഹെലികോപ്റ്ററിൽനി ന്നുള്ള വെടിയേറ്റ് ആ പാവത്തിന് തന്റെ കൂടും അതിലുണ്ടായി രുന്ന കുഞ്ഞുങ്ങളെയും ഇണയെയും നഷ്ടപ്പെട്ടിരുന്നു.

"തന്റെ ഇണയെയും കുഞ്ഞുങ്ങളെയുമെല്ലാം ദുഷ്ടമനുഷ്യർ ദാരുണമായി വകവരുത്തി. ദിവസങ്ങളോളം കഷ്ടപ്പെട്ട് നിർമിച്ച തന്റെ കൂടും തകർന്നു കിടക്കുന്നു. കൂട് നശിപ്പിച്ച ദുഷ്ടമനു ഷ്യർ ഇതാ കാടും നശിപ്പിക്കാൻ എത്തിയിരിക്കുന്നു. ആരൊരു മില്ലാതെ അനാഥയായി എന്തിന് ജീവിക്കണം? മരിക്കണം. വെറുതെയങ്ങ് മരിച്ചാൽ പോര.... പ്രതികാരം ചെയ്യണം. തന്റെ കുഞ്ഞുങ്ങളെ ചുട്ടുകരിച്ച, ഇബൂബ നശിപ്പിക്കാൻ പോകുന്ന ആ ദുഷ്ടന്മാരെ ഒരു മുറിവെങ്കിലുമേൽപ്പിച്ചു മരിക്കണം" പൊന്മാന് സങ്കടം സഹിക്കാനായില്ല.

അവൾ കണ്ടു—ഒന്നിനു പുറകേ ഒന്നായി പാരച്യൂട്ടുകളിൽ സാവധാനം താഴെക്കു വരുന്ന സൈനികർ!!

മൃഗങ്ങളെല്ലാം അകലെ സുരക്ഷിതരായി നിന്നുകൊണ്ട് പാര ച്യൂട്ടുകൾ വരുന്നത് ഭീതിയോടെ നോക്കി നിൽക്കുകയാണ്. അവരെ എങ്ങനെ വകവരുത്തും? അവരുടെ പക്കലുള്ള തീ തുപ്പുന്ന ആയുധങ്ങളോട് എങ്ങനെ പോരാടും?

പെട്ടെന്ന്....

ചാട്ടുളിപോലെ എന്തോ ഒന്ന് പാഞ്ഞുവന്ന് പാരച്യൂട്ട് തുളച്ച് കടന്നുപോയി.

പാരച്യൂട്ടിലൂടെ താഴേക്ക് വന്നുകൊണ്ടിരുന്ന സൈനികനെ തന്റെ കൂർത്ത ചുണ്ടുകൾകൊണ്ട് മുറിവേൽപ്പിക്കാനായി പാഞ്ഞുവന്ന പൊന്മാനായിരുന്നു അത്. പക്ഷേ ലക്ഷ്യം തെറ്റി അവൾ പാരച്യൂട്ടിലേക്ക് ഇടിച്ചുകയറി. പക്ഷേ അത് തുളച്ചു കൊണ്ട് അവൾ അപ്പുറത്തേക്ക് കടന്നുപോയി.

"ശ്ശ്ശ്.....ശ്ശ്ശ്........"

തുള വീണതോടെ പാരച്യൂട്ട് അതിവേഗം താഴേക്ക് പതിച്ചു.

മുകളിൽ നിന്നും എടുത്തെറിയപ്പെട്ടതുപോലെ അതിലുണ്ടായി
രുന്ന സൈനികൻ പാറകൾക്കുമുകളിൽവീണ് തലതകർന്നു മരി
ച്ചു.

ഒരു നിമിഷം!

നിരവധി പൊന്മാനുകൾ അന്തരീക്ഷത്തിലേക്ക് പറന്നു
യർന്നു.

സാവധാനത്തിൽ താഴേയ്ക്ക് പതിച്ചുകൊണ്ടിരുന്ന
പാരച്യൂട്ടുകളെ ലക്ഷ്യമാക്കി അവ ശരവേഗത്തിൽ കുതിച്ചു.

ജലപ്പരപ്പിനടിയിലുള്ള മത്സ്യങ്ങളെ മിന്നൽപോലെവന്ന്
മുങ്ങാംകുഴിയിട്ട് കൊത്തിയെടുത്ത് ഉയർന്നുപൊങ്ങുന്ന ലാഘ
വത്തോടെ അവ പാരച്യൂട്ടുകൾ തുളച്ച് കടന്നുപോയി.

"ശ്ശ്ശ്.....ശ്ശ്ശ്........"

തുളവീണ പാരച്യൂട്ടുകൾ മത്സരവേഗത്തിൽ താഴേക്ക് പതി
ച്ചു. ഒന്നിനുപിറകേ ഒന്നായി. അതിലുണ്ടായിരുന്ന സൈനികർ
പിടഞ്ഞുമരിച്ചു.

പൊന്മാനുകളുടെ പ്രവൃത്തി മറ്റു പക്ഷികൾക്കും ആവേശ
മായി. കാക്കകൾ, പരുന്തുകൾ, കഴുകന്മാർ, തത്തകൾ തുടങ്ങി
ഇബ്ബുബയിലുണ്ടായിരുന്ന സർവപക്ഷികളും പാരച്യൂട്ടുകൾ
ലക്ഷ്യമാക്കി പറന്നു.

പക്ഷേ അവർ അതിൽച്ചെന്നിടിച്ച് തെറിച്ചുവീഴാൻ തുടങ്ങി.
അവയ്ക്കെല്ലാം കൂർത്ത ചുണ്ടുകൾ ഉണ്ടായിരുന്നുവെങ്കിലും
അമ്പെയ്തുവിടുംപോലെ അതിവേഗതയിൽ പാരച്യൂട്ട് തുളച്ചു
കടക്കാനുള്ള വൈഭവം പൊന്മാനുകൾക്കു മാത്രമേ ഉണ്ടായിരു
ന്നുള്ളൂ.

പുറത്തേക്ക് ചാടാനായി തയാറെടുത്തു നിന്ന മറ്റു സൈനി
കർ ഈ കാഴ്ചകൾ കണ്ടു ഭയന്നുപോയി. വെടിയുണ്ടകൾപോലെ
പായുന്ന പൊന്മാനുകൾക്ക് നേരെ നിറയൊഴിച്ചിട്ട് കാര്യമില്ലെന്ന്
അവർക്ക് മനസിലായി. താഴേക്ക് ചാടിയാൽ മരണം നിശ്ചയം.
ഹെലികോപ്ടർ ലാന്റ് ചെയ്യാനും കഴിയില്ല. മടങ്ങിപ്പോവുകയ
ല്ലാതെ മറ്റ് മാർഗമില്ല.

അവർ വന്നവഴിയേ തിരിച്ചുപറന്നു.

മടക്കയാത്രയിലാണ് ഏറ്റവും പിന്നിലായിരുന്ന ഹെലികോ
പ്ടറിന്റെ പൈലറ്റ് ആ കാഴ്ച ശ്രദ്ധിച്ചത്. താഴെ നദിക്കരയിൽ

ആനക്കൂട്ടങ്ങൾ. കുറേയെണ്ണം വെള്ളത്തിൽ തടികൾ ചുമന്നു കൊണ്ട് നീങ്ങുന്നു. കൂടെ കുറെ ചെറിയ ജീവികളും കരയി ലായി മറ്റു മൃഗങ്ങളും നിൽപ്പുണ്ട്. അവിടെ ഒരു ഡാം ഏകദേശം പൂർത്തിയായിക്കഴിഞ്ഞിരുന്നു.

പൈലറ്റിന്റെ മുഖത്തൊരു ഗൂഢസ്മിതം വിടർന്നു.

*   *   *   *

മനുഷ്യർ വീണ്ടും പാലം പണി തുടങ്ങി.

"മനുഷ്യർ ചാകാനായി വീണ്ടും വന്നിരിക്കുന്നു." കാട്ടിനു ള്ളിൽനിന്ന് സടകൻ പിറുപിറുത്തു.

"പാലം പണി തീരട്ടെ. അപ്പോൾ കാണാം പൂരം." ഡാമിലെ തടികളിൽ ബന്ധിപ്പിച്ചിട്ടുള്ള കാട്ടുവള്ളികളുടെ അഗ്രം തുമ്പി ക്കൈയിൽ ചുറ്റിക്കൊണ്ട് മസ്തകനും കൂട്ടരും പറഞ്ഞു.

"അവരെന്തിനാണ് ഇവിടേക്ക് വരുന്നത്?" നിറതോക്കുകളേ ന്തിയ പട്ടാളക്കാരുമായി ഒരു വാഹനം ഡാം നിർമിച്ച ഭാഗത്തേക്ക് വരുന്നത് ശ്രദ്ധിച്ചുകൊണ്ട് ചിമ്പുക്കുരങ്ങൻ സ്വയം ചോദിച്ചു.

മൃഗങ്ങളെല്ലാം വീർപ്പടക്കി നോക്കിനിൽക്കേ വാഹനത്തി നുള്ളിൽനിന്നും ഏതാനും സൈനികർ പുറത്തിറങ്ങി ഡാം നിർമിച്ചിരിക്കുന്ന ഭാഗത്തേക്ക് നടന്നുവന്നു. കരയിൽനിന്നും കൊണ്ട് എന്തൊക്കെയോ ചർച്ച ചെയ്തു. ഒരു സൈനികൻ തോക്കുപോലുള്ള ഒരുപകരണം കൈയിലെടുത്തു.

"ഠക്"

ചെറിയൊരു ശബ്ദത്തോടെ ആ ഉപകരണത്തിൽനിന്നും നേർത്ത ഒരു നൂൽക്കമ്പി ചീറിവന്ന് ഡാം നിർമിച്ച തടിയിൽ തറച്ചു. നൂലിന്റെ അഗ്രത്തിലുണ്ടായിരുന്ന മൂർച്ചയേറിയ കത്തി തടികളിൽ കെട്ടിയിരുന്ന കാട്ടുവള്ളികളിലേക്ക് നീണ്ടുചെന്നു. നിമിഷനേരംകൊണ്ട് അവ മുറിഞ്ഞുമാറി.

"ഠക്"നൂൽക്കമ്പി മെഷീനുള്ളിലേക്ക് തിരിച്ചുകയറി.

മസ്തകനും കൂട്ടരും വിഷമാവസ്ഥയിലായി.

"ഇനിയെങ്ങനെ ഡാം തകർക്കും? മനുഷ്യർക്ക് നമ്മുടെ തന്ത്രം മനസിലായെന്നു തോന്നുന്നു." കാട്ടുചെടികൾക്കിടയിൽ ഒളിച്ചിരുന്ന് നിരാശയോടെ എല്ലാം നോക്കി നിൽക്കാനേ അവർക്കായുള്ളൂ.

മണിക്കൂറുകൾ കടന്നുപോയി.

പാലം പണി പൂർത്തിയായി. മനുഷ്യർ അതിലൂടെ സാധന സാമഗ്രികളുമായി നദികടന്നു തുടങ്ങി. ഡാം പൊളിച്ചുവിടാൻ യാതൊരു മാർഗവുമില്ലാതെ മൃഗങ്ങൾ വിഷമിച്ചു.

ഒടുവിൽ.......

രണ്ടും കൽപ്പിച്ച് ഒരു കരിവീരൻ നദിയിലേക്ക് ചാടി. തുമ്പിക്കൈ മുകളിലേക്കുയർത്തിവച്ച് ശരീരം മുഴുവൻ ജലത്തി നടിയിൽ മറച്ചുകൊണ്ട് ഡാം തകർക്കുക എന്ന ലക്ഷ്യവുമായി അവൻ സർവശക്തിയുമെടുത്ത് ഡാമിനടുത്തേക്ക് നീന്തി.

"അരുത്... പോകരുത്." സടകൻ ഉറക്കെ വിളിച്ചുപറഞ്ഞു.

പക്ഷേ അപ്പോഴേക്കും അവൻ ഡാമിനടുത്തെത്തിക്കഴിഞ്ഞി രുന്നു.

"ഠോ... ഠോ...ഠോ..."

യന്ത്രത്തോക്കുകളിൽനിന്ന് പാഞ്ഞുവന്ന വെടിയുണ്ടകൾ അവന്റെ മസ്തകം തുളച്ചുകൊണ്ട് കടന്നുപോയി.

"ഘ്രാ......"

ഒരലർച്ചയോടെ അവൻ ജലപ്പരപ്പിനു മുകളിലേക്ക് പൊങ്ങിവന്നു. പിന്നെ തുമ്പിക്കൈ താഴ്ത്തി കാട്ടിനുള്ളിലേക്ക് നോക്കി ഒരു വശത്തേക്ക് ചരിഞ്ഞു.

"ഓടി രക്ഷപ്പെടൂ... അവർ ഇവിടേക്കും നിറയൊഴിക്കും." സടകൻ ഉറക്കെ വിളിച്ചുപറഞ്ഞു. മറഞ്ഞിരുന്ന മൃഗങ്ങളെല്ലാം പ്രാണരക്ഷാർഥം കാട്ടിനുള്ളിലേക്ക് പാഞ്ഞു.

ഈ സമയം മനുഷ്യർ പാലം കടന്ന് ഇബൂബയിൽ എത്തി ക്കഴിഞ്ഞിരുന്നു.

ഏഴ്

കേണൽ ഡിറ്റോച്ചയുടെ നേതൃത്വത്തിൽ ഇബൂബ യിലെത്തിയവർ കാനനഭംഗിയിൽ സ്വയംമറന്നങ്ങനെ നിന്നു പോയി. മാനം മുട്ടെ നിൽക്കുന്ന മരങ്ങളും കുഞ്ഞരുവികളും പൂത്തുലഞ്ഞു നിൽക്കുന്ന കാട്ടുചെടികളും ചുറ്റിപ്പിണഞ്ഞു കിട ക്കുന്ന കനത്ത കാട്ടുവള്ളികളുമൊക്കെ അവർക്ക് പുതിയൊര നുഭവമായിരുന്നു. ഫലങ്ങൾ തിങ്ങിനിറഞ്ഞ് ചാഞ്ഞുനിൽക്കുന്ന മരക്കൊമ്പുകൾ! ഒരിലപോലുമില്ലാതെ പൂക്കൾ മാത്രം നിറഞ്ഞു നിൽക്കുന്ന വൃക്ഷങ്ങൾ!

നല്ല കറുത്ത മുന്തിരിങ്ങ പോലിരിക്കുന്ന പഴങ്ങളിലൊന്ന് പറിക്കുന്നതിനായി ഒരുവൻ മരത്തിനടുത്തേക്ക് നടന്നുചെന്നു.

"പോകരുത്.. അത് ചാർ മരമാണ്. അതിന്റെ കറ പുരണ്ടാൽ ശരീരമാസകലം ചൊറിഞ്ഞു തടിക്കും." മധ്യവയസ്കനായ ഒരു വൻ വിളിച്ചു പറഞ്ഞു.

വലിയൊരു കൈതച്ചക്കയുമായി ഒരുവൻ വന്നു.

"അണ്ണാനോ എലിയോ മറ്റോ കടിച്ചതാണ്." അതിന്റെ കേടു വന്ന ഭാഗം മുറിച്ചുകളഞ്ഞശേഷം അവനത് വൃത്തിയാക്കാൻ തുടങ്ങി. കൊതിയോടെ മൂന്നാലുപേർ അവനുചുറ്റും കൂടി.

കാട്ടുവള്ളിയിൽ തൂങ്ങിയാടാൻ ശ്രമിച്ചുകൊണ്ടിരുന്ന ഒരു വനെ കൂട്ടുകാർ ഊക്കോടെ ആട്ടിവിട്ടു. അവൻ ആടിച്ചെന്ന് ഒരു മരത്തിലിടിച്ചു താഴെവീണു. അതുകണ്ട് മറ്റുള്ളവർ കളിയാക്കി

ചിരിച്ചു. ആ മരത്തിൽനിന്ന് കുറേ കായ്കൾ താഴേക്ക് വീണു. നല്ല മുഴുത്ത നെല്ലിക്കകൾ!

തൊഴിലാളികൾ ഓടിവന്ന് അവ മത്സരിച്ച് പെറുക്കിയെടു ത്ത് ട്രൗസറിന്റെ പോക്കറ്റിൽ ശേഖരിച്ചു. അവരുടെ വായ്ക്കു ള്ളിലും നല്ല മുഴുത്ത നെല്ലിക്കകൾ ഉണ്ടായിരുന്നു.

കേണലിനും സൈനികർക്കും നെല്ലിക്ക കണ്ടപ്പോൾ വായിൽ വെള്ളമൂറിയെങ്കിലും അവ പെറുക്കിയെടുത്ത് കഴിക്കാൻ ദുരഭിമാനം അവരെ അനുവദിച്ചില്ല.

"ഹാ... എന്താ ഒരു രുചി! ഇത്രയും മധുരമുള്ള നെല്ലിക്ക ഞാനെന്റെ ജീവിതത്തിൽ കഴിച്ചിട്ടില്ല." ഒരു തൊഴിലാളി കണ്ണു കൾ അടച്ച് സ്വാദ് ആസ്വദിച്ചുകൊണ്ട് പറഞ്ഞു.

"എന്തു വലിപ്പമാ ഇതിന്? ഒരെണ്ണം തിന്നപ്പോൾത്തന്നെ വയറു നിറഞ്ഞു." മറ്റൊരുവൻ വയർ തടവിക്കൊണ്ട് വീണ്ടു മൊരെണ്ണമെടുത്ത് വായിലേക്കിട്ടു.

"ഇനിയൽപ്പം വെള്ളം കുടിച്ചാൽ മധുരം ഇരട്ടിക്കും." കുറച്ചു പേർ അരുവിയിലേക്ക് പോയി.

"ഹോ.. എന്തൊരു തണുപ്പ്." അവർ കൈക്കുമ്പിളിൽ ജല മെടുത്ത് മുഖത്തേക്കൊഴിച്ചു.

ഒരുവൻ നീളമുള്ള ഒരു ഈറക്കമ്പ് വെട്ടി ചെത്തി മിനുക്കിയെ ടുത്ത് അതിന്റെ തുഞ്ചത്ത് കുറേ യധികം ഉണ ങ്ങിയ ഇലകൾ ചേർത്തുവച്ച് കെട്ടി. മറ്റൊരു കമ്പിന്റെ അറ്റ ത്തായി

മൂർച്ചയുള്ളൊരു കത്തിയും പിടിപ്പിച്ചു. ട്രൗസറിന്റെ പോക്ക
റ്റിൽനിന്നും തീപ്പെട്ടിയെടുത്ത് കെട്ടിവച്ചിരിക്കുന്ന ഉണക്കയില
കൾക്ക് തീ കൊളുത്തി. പിന്നെ അടുത്തുനിന്ന ഒരു മരക്കൊ
മ്പിന് നേർക്ക് അതുയർത്തിപ്പിടിച്ചു.

അപ്പോഴാണ് എല്ലാവരും അത് ശ്രദ്ധിച്ചത് — മരക്കൊമ്പിൽ
തൂങ്ങിക്കിടക്കുന്ന വലിയെരു തേനീച്ചക്കൂട്! പുക പരന്നതോടെ
കൂട്ടിൽ പറ്റിപ്പിടിച്ചിരുന്ന തേനീച്ചകൾ ഇളകിമാറി. പുകയിൽനിന്ന്
രക്ഷനേടുന്നതിനായി അവ മൂളിപ്പറന്നുകൊണ്ടിരുന്നു. തേനീ
ച്ചകൾ അകന്നതോടെ കത്തി പിടിപ്പിച്ച കമ്പുപയോഗിച്ച് ഒരു
വൻ തേൻകൂട് മുറിക്കാനുള്ള ശ്രമമാരംഭിച്ചു. മരച്ചുവട്ടിൽ വിരി
ച്ചുപിടിച്ചിരുന്ന തുണിക്കഷണത്തിലേക്ക് തേൻ കട്ടകൾ വന്നു
വീണു. മരത്തിൽനിന്നും ഇറ്റിറ്റു വീണുകൊണ്ടിരുന്ന തേൻതുള്ളി
കൾ ശേഖരിക്കാൻ കാട്ടുചേമ്പിലയുമായി എത്തിയവരും കൂട്ട
ത്തിലുണ്ടായിരുന്നു.

"ഗ്ഹാ.... തീറ്റയും കുടിയുമൊക്കെ മതി മതി. ഇനി ജോലി
തുടങ്ങാം." ആരും കാണാതെ ഒരു നെല്ലിക്കയെടുത്ത് കോട്ടിനു
ള്ളിലേക്കിട്ടുകൊണ്ട് കേണൽ ഡിറ്റോച്ച നിർദേശിച്ചു.

തൊഴിലാളികൾ ഓരോരുത്തരായി കൂറ്റൻ മരങ്ങളിലേക്ക്
വലിഞ്ഞു കയറി. മരച്ചില്ലകൾ കോതി താഴേക്കിട്ടു. കിളിക്കൂടു
കളും കുഞ്ഞുകിളികളുമൊക്കെ താഴേക്ക് പതിച്ചു. പിന്നാലെ
വന്ന മരച്ചില്ലകൾ അതിനെ മറച്ചുകളഞ്ഞു. വിരിയാൻ കൂട്ടിവ
ച്ചിരുന്ന കുഞ്ഞുമുട്ടകൾ താഴെവീണ് പൊട്ടിച്ചിതറി.

"കിർ.....കിർ.....കിർ...." ചില്ലകൾ നഷ്ടപ്പെട്ട് നഗ്നമായ
വൃക്ഷത്തിന്റെ തായ്ത്തടിയിലേക്ക് യന്ത്രവാളുകൾ കയറി. മുറി
ഞ്ഞുവീണ മരം ചെറു കഷണങ്ങളാക്കി അടുക്കിവയ്ക്കുന്നു
ണ്ടായിരുന്നു ഒരു കൂട്ടം തൊഴിലാളികൾ. കുറച്ചുപേർ മറ്റൊരു
മരത്തിനെ കടപുഴക്കുന്നതിനുള്ള ശ്രമമാരംഭിച്ചു.

"ആ മരം മുറിച്ച് പ്രത്യേകമായി അടുക്കി വയ്ക്കണം."
കുഞ്ഞിലകളുള്ള ഒരു വൃക്ഷത്തെ ചൂണ്ടിക്കാട്ടിക്കൊണ്ട് കേണൽ
നിർദേശിച്ചു.

അതിന്റെ ഒരു ശിഖരം മുറിച്ചപ്പോൾത്തന്നെ ഒരു പ്രത്യേക
സുഗന്ധം അവിടമാകെ വ്യാപിച്ചു. അതൊരു ചന്ദനമരമായിരു
ന്നു. കേണലിന് കൊണ്ടുപോകാനാണ് പ്രത്യേകം അടുക്കിവ

യ്ക്കാൻ പറഞ്ഞതെന്ന് തൊഴിലാളികൾക്ക് മനസിലായി.

തൊഴിലാളികൾ കഠിനമായി പണിയെടുക്കുമ്പോൾ അവരെ വന്യജീവികളുടെ ആക്രമണത്തിൽനിന്ന് സംരക്ഷിക്കുന്നതി നായി സൈനികർ യന്ത്രത്തോക്കുകളുമായി അവിടവിടെ നില യുറപ്പിച്ചു. ഡ്യൂട്ടി കഴിഞ്ഞവർ ചീട്ടുകളിയിലും മദ്യപാനത്തിലും മുഴുകി.

വൃക്ഷങ്ങൾ മുറിച്ചുമാറ്റിയ പ്രദേശത്തെ കുറ്റിച്ചെടികളും വള്ളിപ്പടർപ്പുകളുമൊക്കെ വൃത്തിയാക്കുന്ന തിരക്കിലായിരുന്നു ചിലർ. കുറച്ചുപേർ സ്ഥലം നിരപ്പാക്കിയെടുക്കുന്നു. ഉച്ചയായ പ്പോഴേക്കും ടെന്റുകൾ നിർമിക്കാനാവശ്യമായ സ്ഥലം അവർ ഒരുക്കിയെടുത്തു. പാലത്തിൽനിന്ന് ടെന്റിനടുത്തുവരെ വാഹനം എത്തിച്ചേരുന്നതിനുള്ള വഴി ഒരുക്കുകയാണ് കുറച്ച് തൊഴിലാ ളികൾ.

കേണലിന്റെ അറിയിപ്പ് ലഭിച്ചതോടെ ടെന്റ് നിർമാണത്തി നാവശ്യമായ സാധനസാമഗ്രികളുമായി ഒരു വലിയ ട്രക്ക് അവി ടെയെത്തി. തൊഴിലാളികൾ അതിറക്കി ഒരു ഭാഗത്ത് കൊണ്ടു വന്ന് അടുക്കിവച്ചു.

"രോ....രോ...." ഒരു വെടിശബ്ദം അവിടെ പ്രതിധ്വനിച്ചു.

വെടിയേറ്റ് പിടയുന്ന ഒരു കാട്ടുപന്നിയേയും ചുമന്നുകൊണ്ട് ഏതാനും സൈനികർ അവിടേക്കുവന്നു.

"കൊള്ളാം... ഇന്നത്തെ ഉച്ചഭക്ഷണം കുശാലായി." കേണ ലിന് സന്തോഷമായി.

രണ്ടുമൂന്ന് ജോലിക്കാർ അതിനെ മുറിച്ച് പല കഷണങ്ങ ളാക്കി. അതിന്റെ കുടലും മറ്റുമൊക്കെ അവർ നദിയിലേക്ക് വലി ച്ചെറിഞ്ഞു. ഉണങ്ങിയ മരക്കഷണങ്ങൾ കൂട്ടിയിട്ട് കനലുണ്ടാക്കി ചെറിയ മാംസക്കഷണങ്ങൾ കമ്പികളിൽ കൊരുത്ത് തീക്കന ലിനു മുകളിലേക്ക് വച്ചു.

മറ്റൊരിടത്ത് തീകൂട്ടി തൊഴിലാളികൾ അവർക്കുള്ള ഭക്ഷ ണമുണ്ടാക്കുന്നുണ്ടായിരുന്നു. അരുവിയിൽനിന്നും വെള്ളമെ ടുത്ത് കാട്ടുകിഴങ്ങുകൾ ശേഖരിച്ച് അവർ പുഴുങ്ങിയെടുത്തു. കുഞ്ഞുമത്സ്യങ്ങളെ കോരിയെടുത്ത് വാഴയിലകളിൽ പൊതിഞ്ഞ് പാത്രത്തിനടിയിലുള്ള കനലിലേക്ക് അടുക്കിച്ച് ചുട്ടെടുത്ത തോടെ അവരുടെ ഭക്ഷണം റെഡിയായി.

കുഴികൾ കുഴിച്ച് ഇരുമ്പ് പൈപ്പുകൾ നാട്ടി ടെന്റ് നിർമാണം പുരോഗമിച്ചു. കമ്പികൾക്കിടയിലും കട്ടിയുള്ള ടാർപ്പോളിൻ തുണിമറച്ച് ടെന്റുകൾ പൂർത്തിയാക്കി. വന്യമൃഗങ്ങളുടെ ആക്രമണത്തെ പ്രതിരോധിക്കുന്നതിനായി ടെന്റിനു വെളിയിൽ ഇരുമ്പു വേലി ഒരുക്കാനും അവർ മറന്നില്ല. വേലിക്കുള്ളിൽ ചെറിയ ചെറിയ കുഴികൾ നിർമിക്കുവാൻ കേണൽ തൊഴിലാളികളോട് നിർദേശിച്ചു. അതെന്തിനാണെന്ന് അവർക്ക് മനസിലായില്ല. കുഴികളിൽ സൈനികർ എന്തോ വച്ച് മണ്ണുമൂടുന്നത് അവർ ശ്രദ്ധിച്ചു.

"യാതൊരു കാരണവശാലും കുഴികളുള്ള ഭാഗത്തുകൂടി ആരും നടക്കരുത്." കേണൽ തൊഴിലാളികൾക്ക് കർശന നിർദേശം നൽകി.

"പെട്ടികളും മെഷീനുകളുമെല്ലാം ടെന്റിനുള്ളിൽ അടുക്കി വയ്ക്കൂ...." കേണലിന്റെ നിർദേശം വീണ്ടും.

സന്ധ്യയായതോടെ ജനറേറ്ററുകൾ പ്രവർത്തിച്ചു തുടങ്ങി. ടെന്റിനകവും പുറവും പ്രകാശപൂരിതമായി.

"നാളെ കൂടുതൽ തൊഴിലാളികളും സൈനികരുമെത്തിച്ചേരും. മുറിച്ചുവീഴ്ത്തുന്ന മരങ്ങൾ ഉടനടി കഷണങ്ങളാക്കി ട്രക്കുകളിൽ കയറ്റിവിടണം. അതിരാവിലെ തന്നെ ജോലികൾ തുടങ്ങണം." തൊഴിലാളികൾക്ക് നിർദേശം നൽകിയശേഷം കേണൽ ഡിറ്റോച്ച ടെന്റിനുള്ളിലേക്ക് കയറിപ്പോയി.

*   *   *   *

അർധരാത്രി.

സടകന്റെ നേതൃത്വത്തിൽ ഒരു സംഘം മൃഗവീരന്മാർ ടെന്റുകൾക്ക് സമീപമെത്തി. അവരുടെ ലക്ഷ്യം ഒന്നുമാത്രം—കാട്ടിൽനിന്നും മനുഷ്യരെ തുരത്തുക.

"മനുഷ്യർ നല്ല ഉറക്കത്തിലാണ്. വളരെ സൂക്ഷിച്ചുവേണം നാം ആക്രമണം നടത്താൻ. ആയുധങ്ങൾ കൈക്കലാക്കാൻ അവർക്ക് സമയം നൽകരുത്. അത്രയ്ക്ക് വേഗത്തിലായിരിക്കണം നമ്മുടെ നീക്കം. ഒരു യന്ത്രത്തോക്ക് മാത്രം മതി നമ്മെയെല്ലാം വകവരുത്താൻ. പറക്കന്റെ സൂചന ലഭിച്ചശേഷം മാത്രമേ ടെന്റിനുള്ളിലേക്ക് കടക്കാവൂ." സടകൻ പതിഞ്ഞ ശബ്ദത്തിൽ പറ

ഞ്ഞു.

"ചീറ്റകളും സിംഹങ്ങളും കരിമ്പുലികളും ടെന്റിനുള്ളിൽ കടന്ന് ആക്രമണം നടത്തണം. രക്ഷപ്പെട്ട് പുറത്തുവരുന്ന ദുഷ്ട മനുഷ്യരെ വകവരുത്താൻ കടുവകളും കരടികളും ചെന്നായ്ക്ക ളുമൊക്കെ വെളിയിൽ കാത്തുനിൽക്കും. മസ്തകനാനയും കൂട്ടരും ടെന്റുകളും അവരുടെ യന്ത്രങ്ങളുമൊക്കെ തകർക്കുന്ന തായിരിക്കും." ഇത്രയും പറഞ്ഞുകൊണ്ട് സടകൻ മുന്നോട്ടു നടന്നു.

അവർ പല സംഘങ്ങളായി ടെന്റിനുവെളിയിലുള്ള വേലിക്കുചുറ്റും നിലയുറപ്പിച്ചു. ഇനി പറക്കന്റെ നിർദേശം കിട്ടി യാൽ മാത്രം മതി. വേലി തകർത്ത് ടെന്റിനുള്ളിലേക്ക് പായും കുറച്ചുപേർ. പറക്കൻ എല്ലാം സശ്രദ്ധം വീക്ഷിച്ചുകൊണ്ട് ആകാ ശത്തുണ്ട്.

"മസ്തകൻ ചേട്ടാ..... ഇത്രയും ഉയരമുള്ള കമ്പിവേലി ചാടി ക്കടക്കാൻ ഒരു മൃഗത്തിനും കഴിയില്ല. ചേട്ടൻ സഹായിക്കേണ്ടി യിരിക്കുന്നു." മസ്തകന്റെ തലയിലേക്ക് പറന്നിരുന്ന് പറക്കൻ ചെവിയിൽ പറഞ്ഞു. അവൻ മസ്തകനോട് പറഞ്ഞതെന്താ ണെന്ന് മറ്റു മൃഗങ്ങൾക്കും മനസിലായി. അവർ കമ്പിവേലി ചാടിക്കടക്കുന്നതെങ്ങനെയെന്നുള്ള ആലോചനയിലായിരുന്നു.

"അക്കാര്യം ഞാനേറ്റു." മസ്തകൻ തന്റെ കൊമ്പുകൾ കൊണ്ട് കമ്പിവേലിയുടെ കുറുകെയുള്ള ഭാഗം പൊക്കിമാറ്റാൻ ശ്രമിച്ചു. കമ്പികൾ ഉലഞ്ഞുലഞ്ഞ് വേലിയിൽ ചെറിയൊരു വിട വുണ്ടായി. ഇനി അതിൽ പിടിച്ചൊന്നുവലിച്ചാൽ ചെറിയൊരു വാതിൽ സൃഷ്ടിക്കപ്പെടും.

അതിനായി സടകൻ തന്റെ തുമ്പിക്കൈകൊണ്ട് വേലിയിൽ ചുറ്റിപ്പിടിച്ചതും.........

"ഗ്ലാാാാാ.........."

അലർച്ചയോടെ അവൻ പിന്നോട്ടുമാറി.

തുമ്പിക്കൈയിലെ കുറച്ചുഭാഗത്തെ തൊലി വീർത്തുനിന്നു.

കമ്പിവേലിയിൽ എന്തോ അപകടം പതിയിരുപ്പുണ്ടെന്നു മാത്രം എല്ലാവർക്കും മനസിലായി.

"തീ.... തീ.... ചൂട്.... ഹോ..... പൊള്ളുന്നേ...." മസ്തകൻ നില വിളിച്ചു.

എന്താണ് സംഭവിച്ചതെന്ന് മറ്റു മൃഗങ്ങൾക്ക് മനസിലായില്ല.

വേലിക്ക് ചുറ്റും നിലയുറപ്പിച്ചിരുന്ന മൃഗങ്ങൾ മസ്തകന്റെ സമീപത്തേക്ക് ഓടിയെത്തി.

"എന്താ ചേട്ടാ? എന്തു പറ്റി?" അവർ പതിയെ ചോദിച്ചു.

"ആ വേലിയിൽ കറന്റുണ്ട്. ആരും തൊടരുത്. കരിഞ്ഞു പോകും." മസ്തകൻ വേദന കടിച്ചമർത്തിക്കൊണ്ട് പറഞ്ഞു.

ഇനിയെന്തു ചെയ്യും? മനുഷ്യരെ എങ്ങനെ വകവരുത്തും? വേലിയ്ക്കകത്തു കടക്കാതെ എങ്ങനെ അതു സാധിക്കും? തങ്ങളുടെ പദ്ധതികളെല്ലാം പരാജയപ്പെടാൻ പോവുകയാണെന്ന് മൃഗങ്ങൾക്ക് തോന്നി. ഇനിയെന്ത് ചെയ്യണമെന്നറിയാതെ അവർ ഇരുട്ടിൽ നിശ്ശബ്ദരായിരുന്നു.

"വലിയൊരു തടിക്കഷണമെടുത്ത് വേലി തകർത്തുകളഞ്ഞാലോ?" മസ്തകൻ പതിയെ ചോദിച്ചു.

"അതുവേണ്ട. ശബ്ദം കേട്ട് മനുഷ്യർ ഉണരും. അതോടെ എല്ലാ പദ്ധതികളും അവതാളത്തിലാകും." സടകൻ മസ്തകനെ പിന്തിരിപ്പിച്ചു.

"ഈ വേലി പിന്നിട്ട് മനുഷ്യരെ വകവരുത്താൻ ഞങ്ങൾക്കു കഴിയും." ഫണകൻ പാമ്പിന്റേതായിരുന്നു ആ ശബ്ദം.

"എങ്ങനെ?" എല്ലാവരും ഒരേ സ്വരത്തിൽ ചോദിച്ചു.

"ദേ കണ്ടില്ലേ. മസ്തകൻചേട്ടൻ കൊമ്പുകൊണ്ട് കുത്തിയപ്പോഴുണ്ടായ ഈ വിടവ്? ഇത് ധാരാളമാണ് വേലിയിൽ സ്പർശിക്കാതെ ഞങ്ങൾക്ക് അകത്തു കടക്കാൻ." ഫണകൻ ചീറ്റിക്കൊണ്ട് പറഞ്ഞു.

"സ്.സ്.....സ്.....സ്....." ആരുടെയും അഭിപ്രായത്തിന് കാത്തു നിൽക്കാതെ അവൻ ഒരു പ്രത്യേക ശബ്ദത്തിൽ ചൂളം വിളിച്ചു.

വിഷപ്പാമ്പുകളുടെ സീൽക്കാരങ്ങൾ അകലെനിന്നും കേൾക്കായി. നിമിഷങ്ങൾകൊണ്ട് അവിടമാകെ പാമ്പുകളെ ക്കൊണ്ട് നിറഞ്ഞു. കൊടിയ വിഷമുള്ള രാജവെമ്പാലകളും മൂർഖനും അണലികളുമൊക്കെ അക്കൂട്ടത്തിലുണ്ടായിരുന്നു.

ഫണകന്റെ നിർദേശം ലഭിച്ചതും അവ ഒന്നൊന്നായി ആ ചെറിയ വിടവിലൂടെ വേലിക്കുള്ളിലെത്തി. പിന്നെ, ഫണമുയർത്തിക്കൊണ്ട് ടെന്റുകൾക്കുള്ളിലേക്ക് കയറിപ്പോയി.

നാഗത്താന്മാർ ഉറങ്ങിക്കിടക്കുന്ന മനുഷ്യരുടെ കാൽച്ചുവ
ട്ടിലും തലയുടെ ഭാഗത്തുമൊക്കെയായി സ്ഥാനം പിടിച്ചു.

"തുടങ്ങിക്കോളൂ." ഫണകന്റെ ശബ്ദം കേട്ടതും സർവശ
ക്തിയുമെടുത്ത് അവർ ആഞ്ഞുകൊത്തി.

ഉറക്കത്തിൽനിന്ന് ഞെട്ടിയുണർന്നവർ കണ്ടത് ടെന്റിനു
ള്ളിൽ നിറഞ്ഞാടുന്ന പാമ്പുകളെയാണ്.

"അയ്യോ.... അമ്മേ.... പാമ്പ്.... പാമ്പ്...." അവർ ഭീതിയോടെ
നിലവിളിച്ചു.

രക്ഷപ്പെടാനായി നാഗങ്ങളെ ചവുട്ടിക്കൊണ്ട് അവർ പുറ
ത്തേക്കോടി. പക്ഷേ ചവിട്ടേറ്റ പാമ്പുകളുടെ വിഷപ്പല്ലുകൾ അവ
രുടെ കാലുകളിൽ ആഴ്ന്നിറങ്ങി.

ചിലരുടെ കഴുത്തിലും കൈകാലുകളിലുമൊക്കെ പാമ്പു
കൾ ചുറ്റിക്കിടന്നു. പാമ്പുകടി ഏൽക്കുന്നതിനുമുന്നേ ഭയന്ന്
വിറച്ച് ചിലർ ഹൃദയം പൊട്ടി മരിച്ചു.

"രേ....രേ...രേ....." തോക്ക് കൈക്കലാക്കിയവർ ഇഴഞ്ഞുനീ
ങ്ങിയ പാമ്പുകളുടെ നേർക്ക് നിറയൊഴിച്ചു. കുറേ നാഗപ്പോരാ
ളികൾ കരിഞ്ഞുവീണു.

"സ്..... സ്..... സ്....." വീണ്ടും നിറയൊഴിക്കും മുമ്പേ വിഷം
തുപ്പുന്ന സർപ്പങ്ങളുടെ സ്പിറ്റിങ് കോബ്രാസിന്റെ വിഷത്തു
ള്ളികൾ കണ്ണിൽപ്പതിച്ച് അവരുടെ കാഴ്ച മങ്ങി. പിന്നെയവർ
നിലത്തേക്ക് മറിഞ്ഞു.

ക്രമേണ ടെന്റിനുള്ളിൽനിന്നുള്ള നിലവിളി ശബ്ദങ്ങൾ നില
ച്ചു. ടെന്റിനകത്തും പുറത്തുമായി ഫണമുയർത്തിനിന്നിരുന്ന
ഉഗ്രവീര്യമുള്ള സർപ്പങ്ങളുടെ ദംശനമേറ്റ് അവസാനത്തെയാളും
പിടഞ്ഞുവീണു മരിച്ചു.

കേണൽ ഡിറ്റോച്ചയും അക്കൂട്ടത്തിലുണ്ടായിരുന്നു.

ആശങ്കയോടെ പുറത്ത് കാത്തുനിന്ന മൃഗങ്ങൾക്ക്
ആശ്വാസം പകർന്നുകൊണ്ട് ഫണകനും കൂട്ടരും ടെന്റുകൾക്ക്
വെളിയിലേക്ക് വന്നു.

"നമ്മൾ വിജയിച്ചിരിക്കുന്നു..... ഒരു മനുഷ്യജീവൻപോലും
അവശേഷിപ്പിക്കാതെ ഞങ്ങളിതാ വരുന്നു." ഫണകനും കൂട്ടരും
വേലിയും കടന്ന് വെളിയിലെത്തി.

അടുക്കിവച്ചിരുന്ന ഒരു തടിക്ഷണം ആനകളിലൊരാൾ

തന്റെ തുമ്പിക്കൈകൊണ്ട് പൊക്കിയെടുത്ത് വേലിയെ ലക്ഷ്യ മാക്കി എറിഞ്ഞു. വേലിയൊന്നുലഞ്ഞു. വീണ്ടുവീണ്ടും തടി കൾ വന്നുവീണു. വേലി പൊളിഞ്ഞുമാറി.

അതിൽനിന്നും തീപ്പൊരി ചിതറി. ഷോർട്ട് സർക്യൂട്ട് മൂലം വൈദ്യുതിബന്ധം വിച്ഛേദിക്കപ്പെട്ടു. അവിടമാകെ ഇരുട്ടിലായി.

അവൻ വീണ്ടുമൊരു മരക്ഷണം വേലിയിലേക്കെറിഞ്ഞു. ഇത്തവണ തീപ്പൊരി ചിതറിയില്ല. വേലിക്കരികിലെത്തി തുമ്പി ക്കൈകൊണ്ട് അറച്ചറച്ച് സ്പർശിച്ചു നോക്കി.

ഒന്നും സംഭവിച്ചില്ല.

മറ്റൊരു ഭാഗത്തെ വേലിയിലും തൊട്ടുനോക്കി. അവിടെയും കുഴപ്പമൊന്നുമില്ല.

പിന്നെ അവൻ അമാന്തിച്ചില്ല. തന്റെ ബലിഷ്ഠമായ തുമ്പി ക്കൈകൊണ്ട് വേലിയിൽ ചുറ്റിപ്പിടിച്ച് കറക്കി ഒറ്റയേറ്. അത് അന്തരീക്ഷത്തിലൂടെ പറന്ന് ദൂരെയെങ്ങോ പറന്നുവീണു.

ഇതുകണ്ടുകൊണ്ട് മറ്റ് ആനകളും വേലിയിൽ ചുറ്റിപ്പിടി ച്ചു.

നിമിഷങ്ങൾക്കകം ടെന്റുകൾക്കു ചുറ്റുമുള്ള വേലി പൊളി ഞ്ഞുമാറി.

ആവേശമടക്കാനാവാതെ ഒരു ചീറ്റപ്പുലി തകർന്ന വേലി ക്കകത്തേക്ക് ഒറ്റ ചാട്ടം.

"ബ്ഭും" കാതടപ്പിക്കുന്ന ഒരു സ്ഫോടനം

അവന്റെ ശരീരം കഷണങ്ങളായി അന്തരീക്ഷത്തിലേക്ക് തെറിച്ചു..

<h1 style="text-align:center">എട്ട്</h1>

ടെന്റുകൾക്ക് പുറത്ത് സൈനികർ കുഴിബോംബുകൾ സ്ഥാപിച്ചിരുന്നു.

പുലിയുടെ കരിഞ്ഞ ശരീരം കണ്ട് മൃഗങ്ങൾ നിലവിളിച്ചു കൊണ്ട് പിന്നോട്ടു മാറി.

"എന്താണ് സംഭവിച്ചത്?" അവർക്കൊന്നും മനസിലായില്ല.

ഒരു മനുഷ്യനെപ്പോലും അവശേഷിപ്പിക്കാതെയാണ് ഫണ കനും കൂട്ടരും മടങ്ങിയത്. പിന്നെയാരാണ് പുലിയെ ആക്രമി ച്ചത്?

ഇനി ആരെങ്കിലും രക്ഷപ്പെട്ടിട്ടുണ്ടാകുമോ? പറക്കൻ ആകാ ശത്തുനിന്നുകൊണ്ട് അവിടമാകെ ഒന്നു നിരീക്ഷിച്ചു. അവ സാനം അവൻ ചെറിയൊരു വിടവിലൂടെ ടെന്റിനുള്ളിലേക്ക് എത്തിനോക്കി. കൊല്ലപ്പെട്ട മനുഷ്യരെയും വെടിയേറ്റ് ചിന്നഭി ന്നമായ നാഗങ്ങളെയുമല്ലാതെ പുലിയുടെ മരണത്തിന് കാരണ മായ യാതൊരു തുമ്പും അവനു ലഭിച്ചില്ല.

ഒന്നും കണ്ടെത്താനാകാഞ്ഞ നിരാശയോടെ അവൻ ഒരു മരക്കൊമ്പിലേക്ക് പറന്നിരുന്നു. ആ ശക്തിയിൽ മരച്ചില്ലയൊന്നു കുലുങ്ങി. അതിൽനിന്നും ഒരു മുഴുത്ത പഴം താഴേക്ക് പതിച്ചു.

"ബ്ഭും." കാതടപ്പിക്കുന്ന ഒരു സ്ഫോടനം.

"അയ്യോ..... ഓടിക്കോ." മൃഗങ്ങൾ നിലവിളിച്ചുകൊണ്ട് കാട്ടി നുള്ളിലേക്ക് പറന്നു. ഇനിയും അവിടെ നിന്നാൽ തങ്ങളോരോ

രുത്തരും കരിഞ്ഞുവീഴുമെന്ന് അവർ ഭയപ്പെട്ടു.

"എന്റെ കണ്ണ് പോയേ..." കണ്ണു കളിൽ തിരുമ്മിക്കൊണ്ട് കരടിക്കു ട്ടൻ നിലവിളിച്ചു. സ്ഫോടനത്താൽ ഉയർന്നു പൊങ്ങിയ മൺതരികൾ അവന്റെ കണ്ണുകളിൽ പതിച്ചു.

പറക്കനും ആകാശത്തേക്ക് പറന്നുകഴിഞ്ഞി രുന്നു. സ്ഫോടനത്തിന്റെ പുകപടലങ്ങൾ ഒന്നടങ്ങി യതോടെ അവൻ വീണ്ടും താഴെ മരക്കൊമ്പിൽ സ്ഥാനം പിടിച്ചു.

"പറക്കാ.... ഇനിയിവിടെ നിൽക്കണ്ട... അപകടമാണ്. മനു ഷ്യർ എവിടെയോ പതിയിരിപ്പുണ്ട്. നമ്മെയെല്ലാം അവർ കൊല്ലും.... പെട്ടെന്ന് രക്ഷപ്പെട്ടോളൂ" സൂത്രൻ കുറുക്കൻ വിളിച്ചു പറഞ്ഞു.

"ഒരു നിമിഷം നിൽക്ക് സൂത്രാ..... ഞാനൊന്നു നോക്കട്ടെ" പറക്കൻ ഒന്നുകൂടി വട്ടംകറങ്ങി.

ആ പഴം താഴെ വീണപ്പോഴാണ് സ്ഫോടനമുണ്ടായതെന്ന കാര്യത്തിൽ പറക്കന് സംശയമേയില്ലായിരുന്നു. ഒരു പരീക്ഷണം നടത്തിനോക്കാൻതന്നെ അവൻ തീരുമാനിച്ചു.

മരക്കൊമ്പിൽനിന്ന് മുഴുത്ത ഒരു പഴം കൊത്തിയെടു ത്തുകൊണ്ട് അവൻ ഉയരത്തിലേക്ക് പറന്നു. താൻ സുരക്ഷിത നെന്ന് ഉറപ്പാക്കിയശേഷം അവൻ അ പഴം താഴേക്കിട്ടു.

പക്ഷേ.... പറക്കൻ പ്രതീക്ഷിച്ചതുപോലെ ഒന്നും സംഭവി ച്ചില്ല.

ഒരു നിമിഷം കാത്ത ശേഷം അവൻ വീണ്ടും താഴേക്ക് വന്ന് അടുത്ത പഴം കൊത്തിയെടുത്തു. അത് താഴെവീണതും......

"ബ്ഭും" മൃഗങ്ങളെ കിടുകിടാ വിറപ്പിച്ചുകൊണ്ട് വീണ്ടും സ്ഫോടനമുണ്ടായി.

പക്ഷേ ഇത്തവണ ആരും ഓടിയില്ല. മന്ത്രിയായ പറക്കൻ ഒന്നും കാണാതെ ഇങ്ങനെ ചെയ്യില്ലെന്ന് അവർക്കറിയാമായിരു ന്നു.

മൂന്നാമതും നാലാമതും അവൻ ഓരോ പഴങ്ങൾ താഴേക്കി

ട്ടു. നാലാമത്തെ പഴം സ്ഫോട
നമുണ്ടാക്കിക്കൊണ്ട് പൊട്ടിച്ചിത
റി.

അതോടെ തന്റെ പരീ
ക്ഷണം അവസാനിപ്പിച്ച് അവൻ
മൃഗങ്ങളിരുന്ന സ്ഥലത്തേക്ക്
പറന്നുചെന്നു.

"സിംഹരാജൻ, അവിടെ
വേലിയ്ക്കകത്ത് മണ്ണിനടിയിൽ
എന്തോ അപകടമുണ്ട്. അതിനു
മുകളിൽ പഴങ്ങൾ വീണപ്പോഴാണ് സ്ഫോടനമുണ്ടായത്. ഒരു
പക്ഷേ അതിനു മുകളിൽ ചവിട്ടിയതുകൊണ്ടാകാം പുലി കൊല്ല
പ്പെട്ടത്." അവൻ വിശദീകരിച്ചു.

"അങ്ങനെയാണെങ്കിൽ മണ്ണിനടിയിൽ ഇനിയും സ്ഫോട
കവസ്തുക്കൾ കാണില്ലേ? അതപകടമല്ലേ?" വീരൻ കരടി ചോദി
ച്ചു.

"അവ നശിപ്പിക്കണം." സടകൻ നിർദേശിച്ചു.

"എങ്ങനെ?" പങ്കൻ കടുവ ചോദിച്ചു.

"അവ പൊട്ടിച്ച് പൊട്ടിച്ച് നശിപ്പിക്കാനേ നിർവാഹമുള്ളു...."
പറക്കൻ വീണ്ടും പറഞ്ഞു.

"പൊട്ടിച്ച് പൊട്ടിച്ച് നശിപ്പിക്കാനോ? എങ്ങനെ പൊട്ടിക്കും?"
ചിമ്പുക്കുരങ്ങൻ ചോദിച്ചു.

"നിങ്ങളാണത് ചെയ്യാൻ പോകുന്നത്."

"ഞങ്ങളോ? അതെങ്ങനെ?"

അവൻ പതിയെ ചിമ്പുവിന്റെ ചെവിയിൽ എന്തോ മന്ത്രി
ച്ചു. അവന്റെ മുഖം വിടർന്നു.

മരങ്ങൾ ചാടിച്ചാടി അവൻ ഇബുബയ്ക്കുള്ളിലേക്ക് മറഞ്ഞു.
കുറച്ചുസമയം കഴിഞ്ഞപ്പോൾ മരക്കൊമ്പുകൾ ചാടിച്ചാടിയും
വള്ളികളിൽ തൂങ്ങിയാടിയും നിരവധി വാനരന്മാർ അവിടെയെ
ത്തി.

ചിമ്പുവിന്റെ നേതൃത്വത്തിൽ അവർ ടെന്റിനു ചുറ്റുമുള്ള
വിവിധ മരങ്ങളിലേക്ക് കയറാൻ തുടങ്ങി. നല്ലമുഴുത്ത കായ്ക
ളുള്ള മരച്ചില്ലകളിൽ അവർ സ്ഥാനം പിടിച്ചു. ഒരു

കൊമ്പിൽത്തന്നെ മൂന്നും നാലും വാനരന്മാർ ഇരിപ്പായി. അങ്ങനെ ടെന്റിനു ചുറ്റുമുള്ള മരങ്ങൾ നിറയെ കുരങ്ങന്മാരെ കൊണ്ടു നിറഞ്ഞു.

ചിമ്പുവിന്റെ നിർദേശം ലഭിച്ച ഉടൻതന്നെ അവർ കായ്ക നികൾ പറിച്ച് വേലിക്കകത്തേക്കെറിയാൻ തുടങ്ങി. പെരു മഴപോലെ അവ പൊളിഞ്ഞ വേലിക്കുള്ളിലേക്ക് പതിച്ചു.

"ബ്ഭും..... ബ്ഭും... ബ്ഭും.." കുഴിബോംബുകൾക്കു മുകളിൽ കായ്കൾ വീണതോടെ അവ ഭീകരശബ്ദത്തോടെ പൊട്ടിത്തെ റിച്ചു.

പൊട്ടിത്തെറിച്ച കായകളുടെ അവശിഷ്ടങ്ങൾ മുഗങ്ങൾക്കു മുന്നിലേക്ക് തെറിച്ചുവീണുകൊണ്ടിരുന്നു.

അന്തരീക്ഷം പൊടിപടലങ്ങൾകൊണ്ടു മൂടി. സ്ഫോടന ത്തിന്റെ തീവ്രതയാൽ കുരങ്ങന്മാർ മുകളിലുള്ള കൊമ്പുകളി ലേക്ക് കയറിക്കൊണ്ടിരുന്നു. അവിടെയിരുന്നുകൊണ്ട് അവർ വീണ്ടും കായ്കൾ പറിച്ചെറിയാൻ തുടങ്ങി.

സമയം കടന്നുപോയി.

ഇപ്പോഴും കായ്കൾ താഴേക്ക് പതിക്കുന്നെങ്കിലും സ്ഫോട നമൊന്നും നടക്കുന്നില്ല. ഭൂമിക്കടിയിൽ പാകിയിരുന്ന ബോംബു കളെല്ലാം പൊട്ടിത്തീർന്നുവെന്ന് അവർക്ക് മനസിലായി.

"ഇനി നമുക്ക് ജിമ്പി മലയിലേക്ക് പോകാം." സടകന്റെ നിർദേശം വന്നയുടനെ അവർ തിരികെ വനത്തിനുള്ളിലേക്ക് നടന്നു.

*   *   *   *

"എന്താണെടോ ഇതെല്ലാം? ദിവസം മൂന്നായി. ഇബൂബയുടെ ഒരിഞ്ചുപോലും തനിക്കും തന്റെ സൈനികർക്കും നന്നാക്കിയെ ടുക്കാൻ പറ്റിയില്ലല്ലോടോ? മാത്രവുമല്ല, അങ്ങോട്ട് പോയ കുറേ പട്ടാളക്കാരും തൊഴിലാളികളുമെല്ലാം ശവമായി തിരിച്ചും വന്നി രിക്കുന്നു. തനിക്ക് പറ്റില്ലെങ്കിൽ വേണ്ട, ഞാൻ വേറെ ആളെ നോക്കിക്കോളാം." പ്രസിഡന്റ് റിനോച്ച വളരെയധികം ദേഷ്യ ത്തിലാണ്. തൊട്ടരികെ ചൂളിക്കൊണ്ട് ജനറൽ ഖുറേഷിയുമുണ്ട്.

"സർ.... നമ്മൾ ജോലി തുടങ്ങിയതാണ്. കുറേ മരങ്ങളും മറ്റും മുറിച്ചു അവിടെ ടെന്റ് വരെ നിർമിച്ചു. പക്ഷേ രാത്രിയിൽ

പാമ്പുകളുടെ ആക്രമണമാണ് എല്ലാം തകിടം മറിച്ചത്. ഉഗ്രവി ഷമുള്ള രാജവെമ്പാലകളും മറ്റും കൂട്ടമായെത്തി ആക്രമിച്ചതാ ണ്. ഒരാളുടെ ശരീരത്തിൽത്തന്നെ മൂന്നാല് ആനകളെ കൊല്ലാ നുള്ള വിഷം കയറിയിട്ടുണ്ടായിരുന്നു. കുറേ പാമ്പുകളുടെ ശരീ രവും സംഭവസ്ഥലത്തുനിന്നും കിട്ടിയിട്ടുണ്ട്." ജനറൽ കാര്യ ങ്ങൾ വിശദീകരിക്കാൻ ശ്രമിച്ചു.

"പാമ്പുകളുടെ ശരീരം താനെടുത്ത് അലമാരിയിൽ പൂട്ടി വച്ചേരെ. ഭാവിയിൽ ഉപയോഗിക്കാം. അല്ല പിന്നെ...... ഇത്രയും പാമ്പുകൾ കൂട്ടമായെത്തി ആക്രമിക്കാനെന്താ പാമ്പുകൾക്ക് മനു ഷ്യരോട് വല്ല മുൻവൈരാഗ്യവും ഉണ്ടായിരുന്നോ?" റിനോച്ച ജനറലിനെ സഹായിച്ചു.

"അതേ സർ.... ഇതൊരു ആസൂത്രിത ആക്രമണമായിരുന്നു." അത് പറഞ്ഞത് പ്രൊഫസർ കാമറൂണായിരുന്നു.

"ആസൂത്രിതമോ? എങ്ങനെ? തെളിച്ചു പറയൂ പ്രൊഫസർ."

"സംഭവസ്ഥലത്തുനിന്നും പാമ്പുകളുടെ മാത്രമല്ല, ഒരു പുലി യുടെ മാംസാവശിഷ്ടങ്ങളും ലഭിച്ചിട്ടുണ്ട്. ടെന്റിന് ചുറ്റുമുണ്ടാ യിരുന്ന വേലി തകർക്കണമെങ്കിൽ ആനയെപ്പോലെ ശക്ത ന്മാർതന്നെ വേണം. പിന്നെ, കായ്കൾ പറിച്ചിട്ട് കുഴിബോംബു കൾ പൊട്ടിച്ചത്. അത് കുരങ്ങന്മാരെക്കൊണ്ടേ സാധിക്കൂ." പ്രൊഫസർ തന്റെ ലാപ്ടോപ്പെടുത്ത് മേശപ്പുറത്തുവച്ചുകൊണ്ട് തുടർന്നു.

"അതായത്, സൈനികർ കൊല്ലപ്പെട്ട രാത്രിയിൽ കേവലം പാമ്പുകൾ മാത്രമല്ല, പുലിയും ആനയും കുരങ്ങനുമൊക്കെ അവിടെയുണ്ടായിരുന്നുവെന്നർഥം."

"മനുഷ്യരെ വകവരുത്തുന്നതിനായി ആസൂത്രണം ചെയ്ത് പധ്ധതി നടപ്പിലാക്കുകയായിരുന്നു അവർ." പ്രൊഫസർ പറഞ്ഞുതീർത്തു.

പ്രസിഡന്റിന്റെ കണ്ണ് മിഴിഞ്ഞു.

"അതിന് തെളിവ് വല്ലതുമുണ്ടോ?" ഒരു നിമിഷത്തെ നിശ്ശ ബ്ദതയ്ക്ക് ശേഷം അദ്ദേഹം ചോദിച്ചു.

"ഇതാണ് തെളിവ്." ഒരു ചിത്രം ലാപ്ടോപ്പിന്റെ സ്ക്രീനിൽ തെളിഞ്ഞുവന്നു.

"മനുഷ്യർക്കെതിരെ ആക്രമണം നടന്ന രാത്രിയിൽ നമ്മുടെ

ഉപഗ്രഹം എടുത്ത ഫോട്ടോയാണിത്. ജിംബി മലയുടെ ദൃശ്യ
മാണ് ഈ കാണുന്നത്."

സ്ക്രീനിലേക്ക് നോക്കിയ ജനറൽ അന്തംവിട്ടു. ജിംബി
മലയ്ക്ക് മുകളിൽ മൃഗങ്ങൾ സമ്മേളിച്ചപ്പോഴുള്ള ഫോട്ടോയാ
യിരുന്നു അത്. മാനും പുലിയും ആനയും സിംഹവുമെല്ലാം
ഏകോദരസഹോദരങ്ങളെപ്പോലെ വട്ടം കൂടിയിരിക്കുന്ന കാഴ്ച
അദ്ദേഹത്തെ അക്ഷരാർഥത്തിൽ അത്ഭുതപ്പെടുത്തി.

"ഈ ചിത്രം നോക്കൂ..." പ്രൊഫസർ അടുത്ത ഫോട്ടോ എടു
ത്തു.

ടെന്റിനു ചുറ്റും മൃഗങ്ങൾ നിലയുറപ്പിച്ചതിന്റെ വിവിധ ചിത്ര
ങ്ങൾ!!

വേലി തകർക്കുന്ന മൃഗങ്ങൾ!!!! അവർ അവസാനം ടെന്റു
കളും തരിപ്പണമാക്കുന്നു!!

റിനോച്ചയുടെ മുഖമിരുണ്ടു. ദേഷ്യംകൊണ്ട് അയാളുടെ
മുഖം ചുവന്നു.

"കൊല്ലണം..... കൊല്ലണം എല്ലാറ്റിനേം." പല്ലുകൾ ഞെരി
ച്ചുകൊണ്ട് അയാൾ പറഞ്ഞു.

"കൊല്ലണ്ട സർ.......നമുക്കവരെ ജീവനോടെ വേണം.... ഇവി
ടെയെത്തിച്ച് ആജീവനാന്തം അവറ്റകളെ കൊല്ലാക്കൊല ചെയ്യാം.
വിദേശ രാജ്യങ്ങളിലേക്കൊക്കെ കയറ്റിയയച്ച് കാശുമുണ്ടാക്കാം."
ജനറൽ സന്തോഷത്തോടെ പറഞ്ഞു.

"ജീവനോടെ എങ്ങനെ പിടിക്കും?"

"അക്കാര്യമൊക്കെ ഞാനേറ്റു. പക്ഷിമൃഗാദികളെ ഒരുമിച്ച്
കൂട്ടിലാക്കുന്നതിനുള്ള വിദ്യ ഞങ്ങൾ ചെയ്തുകൊള്ളാം." ജന
റൽ ഖുറേഷി ആത്മവിശ്വാസത്തോടെ പറഞ്ഞു.

"പക്ഷേ ഒരു കാര്യം... മൃഗങ്ങളെ ജീവനോടെയോ അല്ലാ
തെയോ, പിടിച്ചുകഴിഞ്ഞയുടൻതന്നെ ഇബൂബ നശിപ്പിക്കപ്പെട്ടി
രിക്കണം." പ്രസിഡന്റ് കർക്കശമായി പറഞ്ഞു.

"ഓ കെ സർ.... മൃഗങ്ങൾ കൂട്ടിലായിക്കഴിഞ്ഞാലുടൻ മിസൈ
ലുകളും റോക്കറ്റുകളുമൊക്കെ ഉപയോഗിച്ച് ഇബൂബ പൂർണ
മായും കരിച്ചു കളയാനാണ് ഇപ്പോൾ തീരുമാനിച്ചിരിക്കുന്നത്.
അതാകുമ്പോൾ സിനോനയിലിരുന്ന് നമുക്ക് ഓപ്പറേറ്റ് ചെയ്യാ
നാകും. സൈനികർക്ക് ജീവഹാനിവരുമെന്ന പേടിയും വേണ്ട."

ജനറൽ ഖുറേഷി അടുത്ത പദ്ധതി വിശദീകരിച്ചു.

"സൈനികർ കുറേയെണ്ണം തീരട്ടെടോ. എന്റെയും തന്റെയു മൊന്നും ബന്ധുക്കളൊന്നുമല്ലല്ലോ അവന്മാർ. കുറേപ്പേർ തുല ഞ്ഞാലും വേണ്ടില്ല, നമ്മുടെ ലക്ഷ്യം നടന്നിരിക്കണം ചാവുന്ന വരെയൊക്കെ അവിടെത്തന്നെ പെട്രോളൊഴിച്ച് കത്തിച്ചു കള ഞ്ഞേരെ. നമ്മുടെ കാൽപ്പാദത്തിനടിയിൽ പച്ചവെള്ളത്തിനുപ കരം പെട്രോളായതു ഭാഗ്യം. "

പുതിയ തീരുമാനത്തിന് ഐകദാർഡ്യം പ്രഖ്യാപിച്ചു കൊണ്ട് അവർ കൈകളിൽ കൈയിലിരുന്ന മദ്യഗ്ലാസുകൾ കൂട്ടി മുട്ടിച്ചു.

        *   *   *   *

രാത്രി.

മനുഷ്യരുടെ റോക്കറ്റ്, മിസൈൽ ആക്രമണങ്ങളെ എങ്ങനെ നേരിടണമെന്ന ചർച്ചയ്ക്കായി വീണ്ടും ഇബൂബവാസികൾ ജിംബിമലയിൽ ഒത്തുകൂടി.

സുന്ദരിപ്രാവ് നൽകിയ വിവരമനുസരിച്ച് തങ്ങളെയെല്ലാം മനുഷ്യർ ജീവനോടെ പിടിക്കും. കടുവകളെയും കരടികളെയും പുലികളെയും സിംഹങ്ങളെയും മാനുകളെയും കാട്ടുപോത്തു കളെയും കാണ്ടാമൃഗങ്ങളെയും ഭീമന്മാരായ ആനകളെ വരെ ജീവനോടെ പിടിക്കുമത്രേ.

"ജീവനോടെ പിടിക്കാനിങ്ങു വരട്ടെ. ജീവനോടെ തിരികെ പ്പോവില്ല." വക്രൻ കടുവയ്ക്ക് കലി കയറി.

"തോക്കുമായി വരുന്നവർ നമ്മെ ജീവനോടെയെങ്ങനെ പിടിക്കും? ഇനി വലയിലെങ്ങാനും നമ്മെ കുടുക്കാനാണോ?" പിന്റു മാനിന്റേതായിരുന്നു ആ സംശയം.

"വലയിട്ടൊന്നും പിടിക്കാൻ ഞങ്ങൾ സമ്മതിക്കില്ല. ഏതു വലയായാലും ഞങ്ങൾ രക്ഷപ്പെടുത്തില്ലേ..." തുരപ്പനെലി മിന്നു വിനെ ആശ്വസിപ്പിച്ചു.

"റോക്കറ്റും മിസൈലുമൊക്കെ എന്താണ്? അത് അത്രയ്ക്ക് വലിയ സാധനമാണോ? അത് പ്രയോഗിച്ചാൽ ഇബൂബയൊക്കെ കത്തിച്ചാമ്പലാകുമെന്ന് പറയുന്നത് നേരാണോ?" മുയലച്ചൻ പേടി യോടെ ചോദിച്ചു.

"അതെയതെ. അത് ആകാശത്തിലൂടെ പറന്നു വരും. താഴെ വീണാലുടൻ കുറേ പ്രദേശം കത്തി ചാമ്പലാവും. വീണ്ടും വീണ്ടും അവ വന്നുകൊണ്ടിരിക്കും. ഇബൂബ നശിക്കുന്നതു വരെ." സുപ്രൻ കുരങ്ങൻ വിഷമത്തോടെ പറഞ്ഞു.

സടകനും പറക്കനും ചിമ്പുവുമെല്ലാം ആലോചനയിലാണ്. ഇബൂബയെ രക്ഷിക്കാനുള്ള വഴികൾ തേടി.

ഈ സമയം ആകാശത്തിലൂടെ വളരെ ഉയരത്തിൽ ഒരു വിമാനം പറന്നുവരുന്നുണ്ടായിരുന്നു. ഒരു പൈലറ്റില്ലാ വിമാനം!!! വളരെ അകലെയിരുന്നുപോലും നിയന്ത്രിക്കാൻ കഴിയുന്ന അത്യാധുനിക ചാരവിമാനം!!!

വളരെ ഉയരത്തിലായതിനാൽ അതിന്റെ നേർത്തശബ്ദം ആരും കേട്ടില്ല. ജിംബി മലയ്ക്ക് മുകളിലെത്തിയതും അടിഭാഗ ത്തുള്ള വാതിൽ തുറന്ന് കുറേ പൊതികൾ താഴേക്ക് വീഴാൻ തുടങ്ങി. നിലത്തേക്കുള്ള യാത്രക്കിടെ അതിലുണ്ടായിരുന്ന കുഞ്ഞ് പാരച്യൂട്ട് വിടർന്നു. പതിയപ്പതിയെ അവ താഴെ ജിംബി മലയിൽ പതിച്ചു. വളരെപ്പതിയെ പഞ്ഞിത്തുണ്ട് വീഴുന്നതു പോലെ നിശ്ശബ്ദം അത് മൃഗങ്ങൾ സമ്മേളിക്കുന്ന സ്ഥലത്തിനു ചുറ്റുമായി വീണുകൊണ്ടിരുന്നു.

ദൗത്യം പൂർത്തിയാക്കി വിമാനം തിരികെപ്പോയി.

നിലത്തുവീണ പൊതികൾ പതിയെപ്പതിയെ പുകയാൻ തുട ങ്ങി. അതിൽനിന്നും ഒരു രൂക്ഷഗന്ധം അവിടമാകെ വ്യാപിച്ചു.

"എന്താണിത് ഒരു പ്രത്യേക മണം." ചെന്നായ്ക്കൾക്ക് അസാധാരണമായ ആ ഗന്ധം പെട്ടെന്ന് മനസിലായി. എന്താ ണെന്നറിയുന്നതിനായി അവ മണം പിടിച്ചുകൊണ്ട് നാലുദിക്കി ലേക്കും പാഞ്ഞു.

സമയമേറെയായിട്ടും അവർ തിരികെ വന്നില്ല. ആ രൂക്ഷഗന്ധം അവിടമാകെ പടർന്നു. തങ്ങളുടെ കാഴ്ച നഷ്ട പ്പെടുന്നതുപോലെ മൃഗങ്ങൾക്കുതോന്നി.

ഓരോരുത്തരായി മയങ്ങിവീഴാൻ തുടങ്ങി. ജിംബിമലമുക ളിൽ സമ്മേളിച്ചിരുന്ന മൃഗങ്ങളെല്ലാം ബോധമറ്റുവീണു. ആന കൾക്കുമാത്രം പൂർണമായും ബോധം നഷ്ടപ്പെട്ടിരുന്നില്ല. അപ കടം മനസിലാക്കിയ അവർ മലയുടെ മറുഭാഗത്തുകൂടി വേച്ച് വേച്ച് താഴേക്ക് പോയി. മരക്കൊമ്പിലായിരുന്ന കുരങ്ങന്മാർ

അവിടെത്തന്നെയിരുന്ന് ഉറങ്ങിപ്പോയി. കാലുകൾ മുകളിലേക്ക് വച്ച് പക്ഷികൾ മലർന്നു കിടന്നു. കടുവകളും സിംഹങ്ങളും പുലികളും മാനുകളുമെല്ലാം നിന്നനിൽപ്പിൽ ചരിഞ്ഞുവീണു.

*　　　*　　　*　　　*

മനുഷ്യശബ്ദം കേട്ടുകൊണ്ടാണ് മൃഗങ്ങൾ ഓരോരുത്ത രായി ഉണർന്നു തുടങ്ങിയത്.

അപ്പോഴാണ് ആ ഞെട്ടിക്കുന്ന സത്യം അവർ തിരിച്ചറിഞ്ഞ ത്.

തങ്ങളെല്ലാം ഇരുമ്പ് കൂടുകൾക്കുള്ളിൽ ബന്ധിക്കപ്പെട്ടിരി ക്കുന്നു!

ചുറ്റിലും സായുധരായ പട്ടാളക്കാർ!

കണ്ണെത്താദൂരത്തോളം നീളുന്ന വലുതും ചെറുതുമായ കൂടു കൾ

അതിലൊന്നിൽ...........

സടകൻ സിംഹം!!!!

ഒമ്പത്

ഇരുമ്പഴികൾക്കിടയിലൂടെ സടകൻ പുറത്തേക്ക് നോക്കി. നിരനിരയായി വച്ചിരിക്കുന്ന ഇരുമ്പ് കൂടുകൾ. അവ യ്ക്കുള്ളിൽ ഞെങ്ങിഞെരുങ്ങിക്കഴിയുന്ന പാവം മൃഗങ്ങൾ! കാട്ടു പോത്തുകളെയും കാണ്ടാമൃഗങ്ങളെയും കാട്ടുകുതിരകളെയു മൊക്കെ ബലമേറിയ പ്ലാസ്റ്റിക് വടങ്ങളുപയോഗിച്ച് പരസ്പരം ബന്ധിപ്പിച്ച് വൃക്ഷങ്ങളിൽ കെട്ടിയിരിക്കുന്നു. പക്ഷികളെ ചെറിയ കൂടുകളിലാക്കി മരശിഖരങ്ങളിൽ തൂക്കിയിട്ടിരിക്കുന്നു. ഇബ്ബൂ ബയിലെ ഒട്ടുമിക്ക മൃഗങ്ങളും ബന്ധനസ്ഥരായിരിക്കുന്നു.

കാവൽനിൽക്കുന്ന സായുധരായ സൈനികർ. എല്ലാറ്റി നെയും സിനോനയിലേക്ക് കൊണ്ടുപോകുന്നതിനായി വാഹന ങ്ങൾ വരുന്നതും കാത്ത് നിൽക്കുന്ന തൊഴിലാളികൾ.

"ഒരു പ്രയോജനവുമില്ലാത്ത ഈ കുറുക്കന്മാരെയും ചെന്നാ യ്ക്കളെയും കഴുതപ്പുലികളെയുമൊക്കെ എന്തിനാണാവോ നാട്ടി ലേക്ക് കൊണ്ടുപോകുന്നത്?" ഒരു സൈനികൻ കുറുക്കന്മാരു ടെസമീപത്തേക്ക് വന്നു.

"ഇവറ്റകളെയൊക്കെ ഇവിടെത്തന്നെ കൊന്നുകുഴിച്ചു മൂടാ നാണ് ജനറലിന്റെ ഓർഡർ. രക്ഷപ്പെടാതിരിക്കാൻവേണ്ടി കെട്ടി യിട്ടിരിക്കുന്നുവെന്നെയുള്ളൂ. എല്ലാറ്റിനെയും ഇവിടെവച്ചുതന്നെ അവസാനിപ്പിക്കും." മറ്റൊരുവൻ ചെന്നായ്ക്കളുടെ സമീപ ത്തേക്ക് നടന്നു.

"ഉച്ചയോടെ വണ്ടിവരും. അതിനുമുന്നേ എനിക്കൊരു പണി യുണ്ട്." അയാൾ മാനുകളുടെ കൂടിനടുത്തേക്ക് നടന്നു.

നിരവധി മാനുകളുടെ കൂട്ടത്തിൽനിന്ന് തടിച്ചുകൊഴുത്ത ഒരു മാനിന്റെ കഴുത്തിൽ അയാൾ പിടിമുറുക്കി. പിന്റു മാനായി രുന്നു അത്. ഒരു കൈകൊണ്ട് കഴുത്തിൽ ചുറ്റിപ്പിടിച്ച് കയർകൊണ്ട് കുരുക്കിട്ട് പിന്റുവിനെ അയാൾ വലിച്ചിഴച്ച് പുറ ത്തേക്ക് കൊണ്ടുവന്ന് അടുത്തുള്ള ഒരു മരത്തിൽ കെട്ടിയിട്ടു. ഒരു കുപ്പിയിൽനിന്നും അൽപ്പം വെള്ളമെടുത്ത് അതിന്റെ തല യിലേക്കൊഴിച്ചു.

വെള്ളം വീണതോടെ പിന്റു തലയൊന്നു വെട്ടിച്ചു.

പിന്നെ വൈകിയില്ല.

"ഠേ" ഒററവെടി.

പിന്റുവിന്റെ നിലവിളി ആ വെടിയൊച്ചയിൽ മുങ്ങിപ്പോയി.

പിടച്ചു പിടച്ച് അവൾ താഴേക്ക് വീണു. പിന്നെ ഉരുണ്ടു രുണ്ട് സടകന്റെ കൂടിനരികെവരെയെത്തി. രക്തത്താൽ മൂടിപ്പോയ കണ്ണുകൾകൊണ്ട് സടകനെ ഒന്നു നോക്കി ആ ശരീരം നിശ്ചല മായി.

"ഗർരര്‍....... ഗർര്‍ര്‍" കൂട്ടിനുള്ളിൽക്കിടന്ന് സടകൻ നാലുവ

ശത്തേക്കും ചാടി. കൂട് ആകെയൊന്നുലഞ്ഞു. അഗ്രം കൂർത്ത ഒരു കമ്പികൊണ്ട് ഒരാൾ അഴികൾക്കിടയിലൂടെ സടകന്റെ കഴു ത്തിൽ ആഞ്ഞുകുത്തി. സിംഹരാജൻ വേദനകൊണ്ട് പുളഞ്ഞു.

"ബൗ....ബൗ...ബൗ...." ചെന്നായ്ക്കൾ കുരച്ചുകൊണ്ട് മുക ളിലേക്ക് ചാടി. അവ ഇപ്പോൾത്തന്നെ ചങ്ങലകൾ പൊട്ടിച്ച് തങ്ങളെ കടിച്ചുകീറുമെന്ന് സൈനികർക്ക് തോന്നി.

"കിടന്ന് കുരയ്ക്കാതിരിക്കിനെടാ നായ്ക്കളെ." ഒരു തൊഴി ലാളി നീളമുള്ള ഒരു മരക്ഷണം കുരച്ചുകൊണ്ടിരുന്ന ഒരു ചെന്നായയുടെ വായിലേക്ക് കുത്തിക്കയറ്റി. പല്ലുകൾക്കും കമ്പി നുമിടയിൽക്കിടന്ന് ഞെരുങ്ങി അതിന്റെ നാവിൽനിന്നും കവി ളിൽനിന്നും ചോരവാർന്നൊഴുകി മരക്കൊമ്പിലൂടെ ഇറ്റിറ്റു താഴേക്ക് വീണു.

"കൂ.... കൂ..." കുറുക്കന്മാർ ആ കാഴ്ച കാണാനാകാതെ കൂകി നിലവിളിച്ചു.

"മിണ്ടാതിരിക്കിനെടാ കള്ളക്കുറുക്കന്മാരേ." സൈനികർ നീളമുള്ള വടികളുമായെത്തി അവയെ തലങ്ങും വിലങ്ങും തല്ലി.

കാട്ടുപോത്തുകൾ മുക്കറയിട്ടുകൊണ്ട് കെട്ടിയിരുന്ന കയർ പൊട്ടിക്കാൻ ശ്രമിച്ചുകൊണ്ടിരുന്നു. ഒപ്പം കാണ്ടാമൃഗങ്ങളും. അവിടമാകെ പൊടിപടലങ്ങൾകൊണ്ടു മൂടി.

സൈനികരും തൊഴിലാളികളും അവിടേക്ക് ഓടിയെത്തി. ചാട്ടവാർകൊണ്ടുള്ള അടിയേറ്റ് മൃഗങ്ങൾ പുളഞ്ഞുപോയി. അവ യുടെ ശരീരം പൊട്ടി രക്തമൊലിച്ചുകൊണ്ടിരുന്നു.

പീഡനങ്ങൾ വകവയ്ക്കാതെ അമറിക്കൊണ്ടിരുന്ന ഒരു കാട്ടുപോത്തിന്റെ കഴുത്തിലേക്ക് വടിവാൾ ആഴ്ന്നിറങ്ങി. രക്തം ചീറ്റിയൊഴുകി. മറ്റ് മൃഗങ്ങളുടെ മുഖത്തേക്കും അത് തെറിച്ചു വീണു.

എല്ലാവരെയും ഇപ്പോൾത്തന്നെ സൈനികർ വകവരുത്തു മെന്ന് സടകന് തോന്നി.

"നിങ്ങൾ നിശ്ശബ്ദരാകുവിൻ.. ബഹളം വച്ചാൽ അവരിനിയും ആയുധമെടുക്കും. നമ്മുടെകൂട്ടത്തിലൊരാളെക്കൂടി മരണത്തിന് കൊടുക്കാൻ പാടില്ല. മസ്തകനും പറക്കനും ചിമ്പുവുമൊക്കെ ഇബൂബയ്ക്കുള്ളിൽത്തന്നെയുണ്ട്. അവർ തീർച്ചയായും നമ്മെ രക്ഷിക്കാനെത്തും. നമുക്ക് കാത്തിരിക്കാം." സടകൻ ഉറക്കെ

വിളിച്ചു പറഞ്ഞു.

അതോടെ മൃഗങ്ങൾ ശാന്തരായി. രക്ഷപ്പെടുമെന്ന പ്രതീ ക്ഷയിൽ അവർ അകലേക്ക് കണ്ണുംനട്ട് കാത്തിരുന്നു.

പിന്റുവിന്റെയും പോത്തിന്റെയും ശരീരങ്ങൾ തൊഴിലാളി കൾ പുഴക്കരയിലേക്ക് വലിച്ചുകൊണ്ടുപോയി. കല്ലുകൾകൊണ്ട് അടുപ്പുകൂട്ടി തീക്കനലുകൾ കൂട്ടിയപ്പോഴേക്കും സൈനി കർക്കുള്ള മാനിറച്ചിയും തൊഴിലാളികൾക്കുള്ള പോത്തിറച്ചി യും ചെറുകഷണങ്ങളായി അവിടെയെത്തി.

*   *   *   *

സിംഹരാജനേയും കൂട്ടരേയും രക്ഷിക്കാൻ എന്താണ് വഴി?

പറക്കനും മസ്തകനും ചിമ്പുവും ചേർന്ന് വലിയ ആലോ ചനയിലാണ്. കൂടെ കരടിച്ചേട്ടനും മൂങ്ങവൈദ്യരും ആമ മുത്ത ച്ഛനുമെല്ലാമുണ്ട്. പിന്നെ കുറേ ആനകളും.

വളരെക്കുറച്ച് മൃഗങ്ങൾമാത്രമേ മനുഷ്യരുടെ പിടിയിലക പ്പെടാതെ രക്ഷപ്പെട്ടിരുന്നുള്ളു. ചിമ്പുക്കുരങ്ങനും കൂട്ടരുമൊക്കെ മരത്തിലായിരുന്നതിനാൽ രാത്രിയിലെത്തിയ സൈനികരുടെ കണ്ണിൽ അവർ പെട്ടില്ല. കരടികളുടെ സ്ഥിതിയും അങ്ങനെയാ യിരുന്നു. കുറ്റാക്കൂരിരുട്ടത്ത് കറുമ്പന്മാരായ കരടികളെയും കരി ങ്കുരങ്ങുകളെയുമൊന്നും മനുഷ്യർ ഗൗനിച്ചില്ല.

"പാതി മയങ്ങിനിന്ന ഞങ്ങൾ ആനകളെ എന്തുകൊണ്ടാണ് സൈനികർ ബന്ധിക്കാതിരുന്നതെന്നാണ് എനിക്ക് മനസിലാ കാത്തത്." ആശങ്കയോടെ മസ്തകൻ പറഞ്ഞു.

"അതിനു കാരണമുണ്ട്. മനുഷ്യർക്ക് നിങ്ങളുടെ ഈ മനോ ഹരമായ കൊമ്പുകൾ മാത്രമാണ് ലക്ഷ്യം. അതിനുവേണ്ടി നിങ്ങളെ ജീവനോടെ പിടിക്കണമെന്ന നിർബന്ധമൊന്നും അവർക്കില്ല. ഇബൂബ ചുട്ടുകരിക്കുന്ന കൂട്ടത്തിൽ ആ ഉദ്ദേശ്യം നടപ്പിലാകുമെന്ന് അവർക്കറിയാം. ആനക്കൊമ്പുകൾകൊണ്ട് തന്റെ കൊട്ടാരത്തിന് മോടി കൂട്ടാനാണ് പ്രസിഡന്റിന്റെ മോഹം." സുന്ദരി പ്രാവാണ് മസ്തകന്റെ സംശയത്തിന് മറുപടി പറഞ്ഞ ത്.

"രാത്രിയിലായിരുന്നെങ്കിൽ ഇരുളിന്റെ മറവിൽ അവരെ രക്ഷ പ്പെടുത്താൻ ശ്രമിക്കാമായിരുന്നു. പക്ഷേ... ഉച്ചയോടെ കൂടുകൾ സിനോനയിലേക്ക് കൊണ്ടുപോകുമെന്നാണ് അറിഞ്ഞത്." വീരൻ

കരടി വ്യസനത്തോടെ പറഞ്ഞു.

"പകൽ വെളിച്ചത്തിൽ എന്താണ് നമുക്ക് ചെയ്യാൻ കഴി യുക? തോക്കേന്തിയ സൈനികരുടെ മുന്നിലൂടെ അവരെ രക്ഷി ക്കുന്നതെങ്ങനെ? മനുഷ്യരുടെ കണ്ണുവെട്ടിച്ച് കൂടിനടുത്തെത്തി യാൽപ്പോലും ഇരുമ്പുകൂടുകളിൽനിന്നും അവരെ എങ്ങനെ രക്ഷ പ്പെടുത്തും?" പറക്കനും ചിന്തയിലാണ്.

"ഞങ്ങൾ മയങ്ങി മരക്കൊമ്പിൽത്തന്നെ തൂങ്ങിക്കിടന്നിരു ന്നതിനാൽ ഇരുളിൽ അവരുടെ കണ്ണിൽപ്പെടാതെ രക്ഷപ്പെട്ടു." വാനരന്മാർ രക്ഷപ്പെട്ടതിന്റെ കാരണം ചിമ്പുവിന് ബോധ്യമാ യി.

ഈ സമയത്ത് മുതലച്ചേട്ടൻ ഇഴഞ്ഞിഴഞ്ഞ് അവിടേക്ക് വന്നു. ഒരു ചെറിയ പൊതി അവൻ കടിച്ചുപിടിച്ചിരുന്നു.

"അതെന്താണ് മുതലച്ചേട്ടാ? ഇത് മനുഷ്യരുടെ എന്തോ സാധനമാണല്ലോ." പൊതി കൈയിലെടുത്തുകൊണ്ട് ചിമ്പു ചോദിച്ചു.

"പുഴക്കരയിൽനിന്നും കിട്ടിയതാണ്. ഇനിയും ഇതുപോലെ അഞ്ചാറെണ്ണം പുഴക്കരയിൽ കിടപ്പുണ്ട്. നിങ്ങളെക്കൂടി കാണി ച്ചശേഷം അഴിക്കാമെന്നു വിചാരിച്ചു."

"അതഴിക്കരുത്...." ആമ മുത്തച്ഛൻ മറ്റൊരു പൊതിയുമായി അവിടേക്കിഴഞ്ഞെത്തി. അതിന്റെ ഉൾവശം ശൂന്യമായിരുന്നു.

"ഇതെന്തോ വിഷമാണ്. ഇന്നലെ രാത്രിയിൽ ഇതിൽനിന്നുള്ള പുക ശ്വസിച്ചാണ് എല്ലാവരും മയങ്ങിവീണ ത്. തല തോടിനുള്ളിലേക്ക് ഒളിപ്പിച്ചതിനാൽ ഭാഗ്യത്തിനാണ് ഞാൻ രക്ഷപ്പെട്ടത്." ആമമുത്തച്ഛൻ പറഞ്ഞതുകേട്ട് ചിമ്പു പൊതി നിലത്തേക്കിട്ടു.

"പക്ഷേ ഒരു കാര്യം..... ഇതിനുള്ളിൽ എന്തോ ഉണ്ട്. നമ്മെയൊക്കെ ഉറക്കിയ ഏതോ മരുന്ന് ഈ പൊതിക്കുള്ളിലു ണ്ട്." തുമ്പിക്കൈകൊണ്ട് പൊതി തട്ടിനോക്കിക്കൊണ്ട് മസ്ത കൻ പറഞ്ഞു.

"അതിനർഥം...... പുഴക്കരയിൽ വീണ് നനഞ്ഞതിനാലാവാം ഇവ പ്രവർത്തിക്കാതിരുന്നത്." ചിമ്പുവിന്റെ മുഖത്ത് എന്തോ രഹസ്യം കണ്ടെത്തിയ ഭാവം തെളിഞ്ഞുവന്നു.

*　　　*　　　*　　　*

കൊത്തിയെടുത്ത വിഷപ്പൊതികളുമായി പറക്കനും കൂട്ടരും മൃഗങ്ങളെ ബന്ധിച്ചിരിക്കുന്ന സ്ഥലത്തേക്ക് പറന്നു. മനുഷ്യ രുടെ ശ്രദ്ധ പതിയാതെ അവർ ഉയരമുള്ള ഒരു മരത്തിന്റെ ശിഖ രത്തിൽ ഇരിപ്പുറപ്പിച്ചു.

ഈർപ്പമടിച്ച് തണുത്തിരുന്ന പൊതികൾ നല്ല വെയിലുള്ള ഭാഗത്തുതന്നെ വയ്ക്കേണ്ടതിന്റെ ആവശ്യകത അവർക്ക് നന്നാ യറിയാമായിരുന്നു. പക്ഷേ മരങ്ങൾ തിങ്ങിപ്പാർത്തു വളരുന്ന ഇബൂബയിൽ എപ്പോഴും വെയിൽ ലഭിക്കുന്ന ഒരു സ്ഥലം കണ്ടെ ത്താനാവാതെ അവർ കുഴങ്ങി.

അപ്പോഴാണ് അവരത് ശ്രദ്ധിച്ചത്.

എരിയുന്ന കനലുകൾ!

മനുഷ്യർ ഉച്ചഭക്ഷണം തയാറാക്കുന്നതിനായി കൂട്ടിയ അടു പ്പിൽ ഇനിയും അണഞ്ഞിട്ടില്ലാത്ത തീക്കനലുകൾ. കുറച്ചകലെ യായി ഭക്ഷണം കഴിക്കുന്ന സൈനികരും തൊഴിലാളികളും. എല്ലാവരും മാനിറച്ചിയും പോത്തിറച്ചിയും കാട്ടുകിഴങ്ങുകളു മൊക്കെ കൂട്ടി നല്ല വിശാലമായ തീറ്റിയിലാണ്.

ഇതുതന്നെ പറ്റിയ അവസരം. പൊതിയുമായി പറക്കൻ തീക്കുണ്ഡത്തിനു സമീപത്തേക്ക് പറന്നിറങ്ങി. തീക്കനലു കൾക്ക് സമീപം അത് വച്ചശേഷം അവൻ തിരികെ മരക്കൊമ്പി ലേക്ക് പോയി. അടുത്ത പൊതിയുമായി മറ്റൊരു പരുന്ത് തറയി ലേക്കിറങ്ങി. അങ്ങനെ എല്ലാ പൊതികളും തീക്കനലുകൾക്ക് സമീപത്തെത്തി. പിന്നെയവർ അവിടെനിന്നില്ല. തങ്ങളുടെ പദ്ധതി വിജയിക്കുമോയെന്ന ആശങ്കയോടെ ആകാശത്തുതന്നെ വട്ടംകറങ്ങി അവർ നിന്നു.

ചിമ്പുവിന്റെയും പറക്കന്റെയുമൊക്കെ നിഗമനം ശരിവച്ചു കൊണ്ട് കനലുകൾക്ക് സമീപത്തിരുന്ന പൊതികൾ ഓരോന്നായി പുകയാൻ തുടങ്ങി.

"ശ്ശോ... എന്താണീ രൂക്ഷഗന്ധം?" സൈനികർ പരസ്പരം ചോദിച്ചുകൊണ്ട് നാലുപാടും നോക്കി.

"കാട്ടുതീയാണോ?" പുകയുയർന്ന ഭാഗത്തേക്ക് അവർ ഓടി യെത്തി.

വീണ്ടുമെന്തെങ്കിലും പറയാനാകുമുമ്പേ ഓരോരുത്തരായി മയങ്ങിവീണു. സൈനികർ ബോധംകെട്ടുവീഴുന്നതുകണ്ടു

കൊണ്ട് ഓടിയെത്തിയ തൊഴിലാളികളും അവരുടെ മുകളിലേക്ക് വീണു.

പുക വ്യാപിച്ചതോടെ കൂടിനുള്ളിലുണ്ടായിരുന്ന പക്ഷിമൃ ഗാദികളും ഉറങ്ങിപ്പോയി.

നിമിഷനേരംകൊണ്ട് അവിടമാകെ നിശ്ശബ്ദമായി.

എല്ലാം വീക്ഷിച്ചുകൊണ്ട് ആകാശത്ത് പറന്നുനിന്നിരുന്ന പറക്കനും കൂട്ടരും പൊതികളിൽനിന്നുയർന്നുവന്ന പുക അവ സാനിച്ചതോടെ അൽപ്പാൽപ്പമായി താഴേക്ക് വന്നുതുടങ്ങി. പൊതികളിൽനിന്നുള്ള രൂക്ഷഗന്ധം അവസാനിച്ചുവെങ്കിലും മയ ങ്ങിയവർ ഉടനെയൊന്നും ഉണരില്ലെന്ന് അനുഭവത്തിൽനിന്ന് പറക്കനും കൂട്ടർക്കും അറിയാമായിരുന്നു.

ഇനി കാട്ടിനുള്ളിൽ കടക്കുന്നതിൽ അപകടമില്ലെന്ന് മന സിലാക്കിയ പറക്കൻ ഒരു പ്രത്യേക ശബ്ദത്തിൽ കരഞ്ഞു.

അൽപ്പസമയം കഴിഞ്ഞപ്പോൾ കൊമ്പുകുലുക്കി ചെവികൾ വീശിക്കൊണ്ട് കരിവീരന്മാരുടെ ഒരു സംഘം അവിടെയെത്തി. പിന്നാലെ ഇബൂബയിൽ അവശേഷിച്ചിരുന്ന കരടികളും പോത്തു കളും കഴുതകളും കുതിരകളും തുടങ്ങി ശക്തന്മാരായ മൃഗ ങ്ങളും വാനരസംഘവും ഉണ്ടായിരുന്നു.

അൽപ്പസമയം കൂടി കാത്തിരുന്നശേഷം അവർ പതിയെ കൂടുകൾക്ക് സമീപത്തേക്ക് നീങ്ങി.

കാട്ടുപോത്തുകളെയും പന്നികളെയും കാണ്ടാമൃഗങ്ങളെയു മൊക്കെ ബന്ധിച്ചിരുന്ന കയറുകൾ മൂഷിക വീരന്മാർ കരണ്ടു മുറിച്ചു. പക്ഷേ മയങ്ങിനിന്നിരുന്ന കാട്ടുപോത്തുകളെയും കാണ്ടാമൃഗങ്ങളെയുമൊക്കെ എങ്ങനെ ഇബൂബയ്ക്കുള്ളിലെ ത്തിക്കും? അമരൻ കഴുതയ്ക്ക് ഒരു ബുദ്ധി തോന്നി.

"നാലഞ്ച് പേരെ ഒന്നിച്ച് കയർകൊണ്ട് ബന്ധിക്കൂ." അവൻ ചിമ്പുവിനോട് പറഞ്ഞു. അമരന്റെ ആശയം എന്താണെന്ന് മന സിലായില്ലെങ്കിലും ചിമ്പു അതുപോലെ ചെയ്തു.

"ചേട്ടനിത് വലിച്ചുകൊണ്ട് പതിയെ മുന്നോട്ടു നടക്കണം." കെട്ടിയ കയറിന്റെ അഗ്രം ഒരു കരിവീരന്റെ നേർക്ക് നീട്ടി അമ രൻ ആവശ്യപ്പെട്ടു.

അവൻ അങ്ങനെ ചെയ്തതും മയക്കത്തിലായിരുന്ന കാട്ടു പോത്തുകൾ അവനു പിന്നാലെ പതിയെ വേച്ച് വേച്ച് നടക്കാൻ

തുടങ്ങി. ഇടയ്ക്കിടയ്ക്ക് നിൽക്കാൻ ശ്രമിച്ചപ്പോഴൊക്കെ ആ കരിവീരൻ കൂടുതൽശക്തി പ്രയോഗിച്ച് അവരെ ഉള്ളിലേക്ക് കൊണ്ടുപോയി. അതോടെ അമറന്റെ ആശയമെന്താണെന്ന് മന സിലായി.

"നീ വെറും കഴുതയല്ലെടേയ്......പുലിയാണ്. പുലി....." അന വസരത്തിലാണെങ്കിലും ചിരിച്ചുകൊണ്ട് ചിമ്പു കയറെടുത്ത് മറ്റു മൃഗങ്ങളെ കൂട്ടിക്കെട്ടാൻ തുടങ്ങി. അവരെ വലിച്ചുകൊണ്ടു പോകാൻ കരിവീരന്മാരും തയാറായി നിന്നു. മാനുകളെയും മറ്റും കാട്ടിനുള്ളിൽനിന്നെത്തിയ മൃഗവീരന്മാരുടെ പുറത്ത് കൈകാ ലുകൾ ഇരുവശത്തേക്കുമിട്ട് കാട്ടിലേക്ക് കൊണ്ടുപോയി. പക്ഷി കളെ അടച്ചിരുന്ന കൂടുകൾ കരടികൾ തലയിൽ ചുമന്നുകൊണ്ട് മുന്നോട്ടു നടന്നു. വാനരന്മാരും ഒപ്പം കൂടി.

താഴിട്ടു പൂട്ടിയ ഇരുമ്പ് കൂടുകൾക്ക് സമീപത്തെത്തിയ കര ടികൾ ഉള്ളിലുള്ളവരെ എങ്ങനെ പുറത്തിറക്കണമെന്നറിയാതെ കുഴങ്ങി. കമ്പിയഴികൾ കൈകൾകൊണ്ട് അകത്താനുള്ള അവ രുടെ ശ്രമം വൃഥാവിലായി. അധികമാലോചിക്കാൻ നേരമില്ലാ യിരുന്നു. ഒരുപറ്റം കരടിക്കുട്ടന്മാർ ചേർന്ന് കൂടുകൾ പൊക്കി യെടുത്ത് ആനകളുടെ പുറത്തേക്ക് വച്ചു. അവർക്ക് കൂടുകൾ പുറത്തുവയ്ക്കാൻ പാകത്തിന് ആനകൾ കാലുകൾ മടക്കി ഇരു ന്നുകൊടുത്തു. കൂടുകളെല്ലാം ആനപ്പുറത്തേറിയതോടെ ബല മുള്ള കാട്ടുവള്ളികളും അവശേഷിച്ചിരുന്ന കയറുകളുമായി സുപ്രനും കൂട്ടരുമെത്തി. അവർ ഇരുമ്പ് കൂടുകൾ ആനകളുടെ ശരീരത്തോട് ചേർത്ത് ചുറ്റിക്കെട്ടി താഴെ വീഴില്ലെന്ന് ഉറപ്പുവരു ത്തി.

മനുഷ്യരുടെ പിടിയിലകപ്പെട്ട അവസാനത്തെ ജീവിയെയും സുരക്ഷിതരായി വനത്തിനുള്ളിലേക്ക് കയറ്റിവിട്ട ചാരിതാർഥ്യ ത്തോടെ ചിമ്പുവും കൂട്ടരും മരക്കൊമ്പുകളിലേക്ക് ചാടിക്കയറി.

വനത്തിനുള്ളിലെ സുരക്ഷിതമായ ഇടത്ത് കൂടുകളെല്ലാം മൃഗങ്ങൾ ഇറക്കിവച്ചു. അപ്പോഴും ആരും മയക്കം വിട്ടുണർന്നി രുന്നില്ല.

"ഈ കമ്പിക്കൂട്ടിൽനിന്നും ഇവരെയെങ്ങനെ പുറത്തെ ത്തിക്കും?" കൂട്ടിനുള്ളിൽ കിടക്കുന്നവരെ നോക്കി മൂങ്ങവൈ ദ്യർ ചോദിച്ചു.

"അഴികൾക്കിടയിലൂടെ തുമ്പിക്കൈ കടന്നുചെല്ലില്ല. അല്ലാ
യിരുന്നേൽ കമ്പിവളച്ച് ഇവരെയെല്ലാം പുറത്തെടുക്കാമായി
രുന്നു." മസ്തകൻ നിരാശയോടെ പറഞ്ഞു.

"അതിന് മാർഗമുണ്ട്." സുപ്രൻ കുരങ്ങൾ വലിയൊരു പാറ
ക്കഷണവുമായെത്തി. അത് വീരൻ കരടിയുടെ കൈയിലേക്ക്
കൊടുത്തു.

"ചേട്ടാ ഈ കാണുന്നതാണ് കൂട് ബന്ധിച്ചിരിക്കുന്ന പൂട്ട്.
ഈ പാറകൊണ്ട് ഇതിൽ ആഞ്ഞിടിച്ചാൽ ഒരുപക്ഷേ ഇത് പൊളി
ഞ്ഞുപോയേക്കും." കൂടിന്റെ വാതിൽ ലോക്ക് ചെയ്തിരിക്കുന്ന
താഴിലേക്ക് ചൂണ്ടിക്കൊണ്ട് സുപ്രൻ പറഞ്ഞു.

"പ്ഠോ... പ്ഠോ....." കേൾക്കേണ്ട താമസം വീരൻകരടി പാറ
ക്കഷണമെടുത്ത് രണ്ടിടി. താഴ് തെറിച്ച് ദൂരേക്ക് വീണു. അതോടെ
മറ്റു കരടികളും പാറക്കല്ലുകളുമായി അവിടേക്കു വന്നു.

"പ്ഠോ... പ്ഠോ..... പ്ഠോ... പ്ഠോ...." പൂട്ടുകൾ തകർന്നുവീണു.
മൃഗരാജനും കൂട്ടരും ഉണരുന്നതുവരെ അൽപ്പം വിശ്രമി
ക്കാമെന്ന ചിന്തയോടെ എല്ലാവരും കണ്ണുകളടച്ചു.

പത്ത്

"ഗ്ര്‍......ഗ്ര്‍ര്‍ര്‍......" ബോധം വീണ്ടെയുടൻ സിംഹരാജൻ അല റിക്കൊണ്ട് ചാടിയെണീറ്റു. പ്രതീക്ഷയ്ക്ക് വിപരീതമായി ചുറ്റും തന്റെ പ്രജകളെക്കണ്ട് സടകൻ അത്ഭുതപ്പെട്ടു.

"എങ്ങനെയാണിത് സാധിച്ചത്? കൂടുകൾ എങ്ങനെ ഇവി ടെവരെയെത്തി? സൈനികർ നിങ്ങളെ ആക്രമിച്ചില്ലേ? ആരെ ങ്കിലും കൊല്ലപ്പെട്ടോ?" നിരനിരയായിരിക്കുന്ന കൂടുകൾ നോക്കി ക്കൊണ്ട് സടകൻ ചോദിച്ചു. ഭൂരിപക്ഷം പേരും കൂടുകളിൽ ഉറ ങ്ങിക്കിടക്കുകയായിരുന്നു അപ്പോഴും.

നടന്നതെല്ലാം മസ്തകൻ വിശദമായി പറഞ്ഞു. അവർ സാകൂതം കേട്ടിരുന്നു. തങ്ങളെ രക്ഷപ്പെടുത്തുന്നതിനായി മസ്ത കനും ചിമ്പും വീരൻകരടിയുമൊക്കെ ജീവൻ പണയം വച്ച് നട ത്തിയ യത്നത്തെ അവർ പ്രകീർത്തിച്ചു.

"ഇനി ആ ദുഷ്ടന്മാരെ ഇതിനുള്ളിൽ ബന്ധിച്ച് പകരം വീട്ടണം." ഒഴിഞ്ഞ കൂടുകളിലേക്ക് നോക്കിക്കൊണ്ട് ചീറ്റൻപുലി രോഷത്തോടെ പറഞ്ഞു.

"അതേയതേ.... കുറച്ചു സമയം കൂട്ടിൽ കിടന്നതിന്റെ അനു ഭവംതന്നെ അതിഭീകരമായിരുന്നു. ഇക്കണക്കിന് അവർ നമ്മെ യെല്ലാം നാട്ടിലേക്ക് കൊണ്ടുപോയിരുന്നെങ്കിലോ? ഹോ! ആലോ ചിക്കാൻ പോലും വയ്യ." സൂത്രൻകുറുക്കൻ ഭീതിയോടെ പറ

ഞ്ഞു.

"മനുഷ്യർക്ക് കീഴടങ്ങുന്നതിനേ ക്കാൾ ഭേദം മലമുകളിൽനിന്ന് ചാടി മരി ക്കുന്നതാണ്. പിന്റുവിന്റെ ഗതി ആർക്കുമു ണ്ടാകരുത്." മാനുകൾ സങ്കടത്തോടെ പറഞ്ഞു.

വെടിയേറ്റ് പിടഞ്ഞുവീണ പോത്തുകുട്ടന്റെ മുഖം മനസിൽനിന്ന് മായ്ക്കാനാവാതെ മഹി ഷസംഘം നിശ്ശബ്ദരായി നിന്നു.

"ഇപ്പോഴത്തെ ഈ രക്ഷപ്പെടൽ താൽക്കാലികം മാത്ര മാണ്. അപകടങ്ങൾ ഇനിയും നമ്മെ കാത്തിരിക്കുന്നു. റോക്കറ്റുകളും മിസൈലുകളുമൊക്കെ ഏതു സമയത്തും പറ ന്നുവരാം. ഇബൂബയെ ഭസ്മമാക്കിക്കൊണ്ട് ഒന്നിനുപിറകേ ഒന്നായി അവ പാഞ്ഞുവരും. അതിൽപ്പെട്ട് നാമും വെന്ത് വെണ്ണീ റാകും." പങ്കൻ കടുവ ദീർഘവീക്ഷണത്തോടെ പറഞ്ഞു.

"ആകാശത്തുകൂടി ചീറിപ്പാഞ്ഞു വരുന്ന തീപ്പന്തങ്ങളെ നാമെങ്ങനെ പ്രതിരോധിക്കും? അവയെ തടുക്കാൻ നമുക്കാവി ല്ല. ഒന്നുകിൽ ഒരു നിമിഷംകൊണ്ട് പൊട്ടിത്തെറിച്ച് നാമൊക്കെ മരിക്കും. അല്ലെങ്കിൽ വെടിയുണ്ടകളേറ്റ് പിടഞ്ഞ് പിടഞ്ഞ് മരിക്കും. രണ്ടായാലും മരണം ഉറപ്പാണ്." വീരൻകരടി അകലേക്ക് നോക്കിക്കൊണ്ട് പറഞ്ഞു.

"നമുക്ക് ഇപ്പോൾത്തന്നെ ജിംബി മലയിലേക്ക് പോകാം. പറക്കാ........ വേഗം എല്ലാവരും ജിംബിയിൽ എത്താൻ അറിയിപ്പ് നൽകൂ. രക്ഷപ്പെടാനുള്ള എന്തെങ്കിലും വഴികൾ കണ്ടുപിടിക്കേ ണ്ടിയിരിക്കുന്നു." സടകൻ പറക്കനോട് നിർദേശിച്ചു.

"പോകരുത്..... ആരും ജിംബിയിലേക്ക് പോകരുത്." ഉച്ച ത്തിൽ പറഞ്ഞുകൊണ്ട് സുന്ദരിപ്രാവ് അവിടേക്ക് വന്നു.

"സുന്ദരീ.... എന്താണ് ഈ പറയുന്നത്? ജിംബിയിലേക്ക് പോകരുതെന്നോ? അവിടെയല്ലേ നാം എപ്പോഴും സമ്മേളിക്കാ റുള്ളത്? പാലം കടന്നെത്തുന്ന മനുഷ്യരുടെ ഏതു നീക്കവും നമുക്ക് അവിടെയിരുന്നുകൊണ്ട് മനസിലാക്കാവുന്നതല്ലേ?" പറ

ക്കനോണത് ചോദിച്ചത്.

"ശരിയാണ്. പക്ഷേ ഒരുകാര്യം. നാം ജിംബിയിൽ സ്ഥിര മായി സമ്മേളിക്കുന്ന വിവരം മനുഷ്യർ മനസിലാക്കിയിരിക്കു ന്നു. അവർ ആകാശത്ത് ഏതോ ഉപകരണം സ്ഥാപിച്ചിട്ടുണ്ട്. അതിലൂടെ അവർ നമ്മുടെ ഫോട്ടോ എടുത്തിരിക്കുന്നു. നമ്മെ യെല്ലാം ബോധം കെടുത്തി കൂട്ടിലടയ്ക്കാൻ കഴിഞ്ഞത് അതു കൊണ്ടാണ്. അതിനാൽ മറ്റൊരു സ്ഥലത്തേക്ക് പോയേ തീരൂ."

"എങ്കിൽ നമുക്ക് ജിംബിയുടെ താഴ്വാരത്തുള്ള അരുവി യുടെ തീരത്ത് സമ്മേളിക്കാം. അവിടാകുമ്പോൾ മരങ്ങൾ തിങ്ങി നിറഞ്ഞ് വളരുന്നതിനാൽ ആകാശത്തുനിന്ന് ഫോട്ടോയൊക്കെ യെടുത്താലും ഉള്ളിലുള്ള കാഴ്ചകളൊന്നും അവർക്ക് കിട്ടില്ല. ആകാശം മറച്ചുകൊണ്ട് നിൽക്കുന്ന മരച്ചില്ലകൾ നമ്മെ സംര ക്ഷിച്ചുകൊള്ളും." ചിമ്പുവിന്റെ ആശയമായിരുന്നു അത്.

അത് ശരിയാണെന്ന് എല്ലാവർക്കും തോന്നി. അവർ അരു വിയുടെ തീരത്തേക്ക് നടന്നു.

ഇരുൾവീണുതുടങ്ങിയനേരം അവർ പുഴക്കരയിലിരുന്ന് രക്ഷ പ്പെടാനുള്ള വഴികൾ ആലോചിച്ചുകൊണ്ടിരുന്നു.

പക്ഷേ ഒരാൾമാത്രം എല്ലാവരുടെയും കണ്ണുവെട്ടിച്ച് പതിയെ മറ്റൊരു സ്ഥലത്തേക്ക് നീങ്ങി. സുപ്രൻ കുരങ്ങൻ!

മനുഷ്യരുടെ ടെന്റുകളുടെ സമീപത്താണ് അവന്റെ യാത്ര അവസാനിച്ചത്. സൈനികരും തൊഴിലാളികളുമെല്ലാം ടെന്റിനു ള്ളിൽ വിശ്രമത്തിലായിരുന്നു. ചുറ്റും സുരക്ഷാവേലി ഒരുക്കി യിരുന്നതിനാൽ അവൻ മരച്ചില്ലയിൽത്തന്നെ ഇരുന്നു.

അപ്പോഴാണ് ടെന്റിന് വെളിയിൽ അടുക്കിവെച്ചിരിക്കുന്ന കുറേ തടിപ്പെട്ടികൾ അവന്റെ കണ്ണിൽപ്പെട്ടത്.

അതിലെന്തായിരിക്കും? അവൻ ചിന്തിച്ചു.

എന്തെങ്കിലും ഭക്ഷണമായിരിക്കുമോ? അതോ തങ്ങൾക്കെ തിരെ പ്രയോഗിക്കാനുള്ള എന്തെങ്കിലും ആയുധമാണോ? ആ പെട്ടിയിൽ എന്താണെന്നറിയാൻ അവൻ ആകാംക്ഷയായി. ഏതു വിധേനെയും ആ പെട്ടി തുറക്കണം. അവൻ തീരുമാനിച്ചു.

പക്ഷേ എങ്ങനെ അകത്തു കടക്കും? അവൻ ചുറ്റുമൊന്നു നോക്കി.

ടെന്റിന് മുകളിലേക്ക് ചാഞ്ഞുനിന്ന ഒരു മരച്ചില്ല അവന്റെ കണ്ണില്‍പ്പെട്ടു. പിന്നെയൊന്നുമാലോചിച്ചില്ല. ഒറ്റ ചാട്ടം ആ കൊമ്പിലേക്ക്. അവന്റെ ഭാരത്താല്‍ അത് അല്‍പ്പംകൂടി വളഞ്ഞ് താഴേക്ക് വന്ന് കൃത്യം പെട്ടിക്ക് മുകളിലായി നിന്നു.

കാലുകള്‍ മരക്കൊമ്പില്‍ ചുറ്റിപ്പിടിച്ച് കീഴ്ക്കാംതൂക്കായി കിട ന്നുകൊണ്ട് വളരെ ആയാസപ്പെട്ട് ഏറ്റവും മുകളിലിരുന്ന തടി പ്പെട്ടി അവന്‍ വളരെ പ്രയാസപ്പെട്ട് തുറന്നുനോക്കി.

"എന്റമ്മോ......" പേടികൊണ്ട് അവന്റെ കാലുകള്‍ മരക്കൊ മ്പില്‍നിന്നും വേര്‍പെട്ടുപോകുമെന്നു തോന്നി.

പെട്ടി നിറയെ യന്ത്രത്തോക്കുകള്‍!!!

ഭയം ഉള്ളിലൊതുക്കിക്കൊണ്ട് അവന്‍ തോക്കുകളിലൊന്നില്‍ തൊട്ടുനോക്കി. കുഴപ്പമില്ല.

പിന്നെ, പതിയെ ഒരെണ്ണം കൈയിലെടുത്തു. "ഹോ... എന്തൊരു ഭാരം?"

ഇത്രയും സാഹസം കാട്ടിയ സ്ഥിതിക്ക് വെറും കൈയോടെ മടങ്ങിപ്പോകാന്‍ അവന്റെ മനസനുവദിച്ചില്ല.

കൈയിലിരുന്ന യന്ത്രത്തോക്കുമായി കുഞ്ഞുചില്ലയിലൂടെ അവന്‍ വലിയൊരു കൊമ്പിലേക്ക് ചാടി. പിന്നെ, ചാടിച്ചാടി വന ത്തിനുള്ളിലേക്ക് പലായനം ചെയ്തു.

ഇബൂബയുടെ ഒത്ത നടുവിലെത്തിയപ്പോള്‍ വലിയൊരു മര ത്തില്‍ അവന്‍ ഇരുപ്പുറപ്പിച്ചു.

തന്റെ കൈയിലുള്ളത് യന്ത്രത്തോക്കാണെന്ന കാര്യത്തില്‍ അവന് യാതൊരു സംശയവുമില്ല. പക്ഷേ അതുപയോഗിക്കുന്ന തെങ്ങനെയെന്നു മാത്രം യാതൊരു പിടിയുമില്ല. അവനത് വിശ ദമായി പരിശോധിക്കാന്‍ തുടങ്ങി. ഓരോ ഭാഗത്തും ഞെക്കിയും വലിച്ചുമൊക്കെ നോക്കി.

ഒടുവില്‍ ട്രിഗറിലും!

"ഠേ.. ഠേ...ഠേ...ഠേ" തുരുതുരാ വെടിയുണ്ടകള്‍ മുകളിലേക്ക് പാഞ്ഞു.

"അയ്യോ..... ഞാന്‍ ചത്തേ...." നിലവിളിച്ചുകൊണ്ട് അവന്‍ മരത്തില്‍ നിന്ന് താഴേക്ക് പതിച്ചു.

തോക്ക് അവന്റെ കൈയില്‍നിന്ന് തെറിച്ച് ദൂരേക്ക് വീണു.

ഭാഗ്യം! കുഴല്‍ മുകളിലേക്ക് തിരിഞ്ഞിരുന്നതിനാല്‍ സുപ്രന്

അപകടമൊന്നും പറ്റിയില്ല.

തൊട്ടടുത്തായി വെടിയൊച്ച കേട്ടതോടെ നദിക്കരയിൽ കൂടിയിരുന്ന മൃഗങ്ങൾ കിടുകിടാ വിറച്ചു. ഇത്ര പെട്ടെന്ന് മനുഷ്യർ വനത്തിനുള്ളിലെത്തിയോ എന്നവർ ശങ്കിച്ചു.

പറക്കൻ ശബ്ദം കേട്ട ഭാഗത്തേക്ക് കുതിച്ചു. വളരെ ഉയരത്തിൽ നിന്നുകൊണ്ട് അവൻ അവിടമാകെ വീക്ഷിച്ചു.

പേടിച്ച് വിറച്ച് മരച്ചുവട്ടിലിരിക്കുന്ന സുപ്രന്റെ സമീപത്തേക്ക് പറക്കൻ താണിറങ്ങി.

"എന്താ? എന്തുപറ്റി സുപ്രാ? എവിടെ നിന്നാണ് വെടിശബ്ദം കേട്ടത്?" പറക്കൻ അവനെ കുലുക്കി വിളിച്ചു.

"തോക്ക്....വെടി.....വെടി...." സുപ്രന്റെ വാക്കുകൾ പൂർണമായില്ല. അവൻ അകലെ കിടക്കുന്ന തോക്കിലേക്ക് കൈചൂണ്ടി.

"ങ്ഹേ...... ഇതെവിടുന്ന് കിട്ടി?" പറക്കൻ തോക്കിനടുത്തേക്ക് നടന്നു.

"അതുപൊട്ടും. അങ്ങോട്ടു പോകരുത്." സുപ്രൻ പേടിയോടെ പറഞ്ഞു.

യഥാർഥത്തിൽ പറക്കനും അൽപ്പം ഭയമുണ്ടായിരുന്നു.

സംഭവിച്ചതെന്തെന്ന് സുപ്രൻ വിശദമാക്കി.

അപ്പോഴേക്കും മറ്റു മൃഗങ്ങളും അവിടേക്കോടിയെത്തി.

യന്ത്രത്തോക്ക് കണ്ട് അവർ ഞെട്ടി പിന്നോട്ടു മാറി.

അതെ

ങ്ങാനും പൊട്ടിത്തെറിച്ച് തങ്ങളുടെ കഥ കഴിയുമോ എന്നായി രുന്നു എല്ലാവരുടെയും പേടി. വെടിപൊട്ടുന്ന ശബ്ദംപോലും അവർക്ക് ഭീതിജനകമായിരുന്നു.

എന്നാൽ തോക്കിനെ പേടിയില്ലാത്ത ഒരാൾ കൂട്ടത്തിലുണ്ടാ യിരുന്നു.

മങ്കൻ കുരങ്ങൻ!

സിനോനയിലെ ഒരു സർക്കസ് കൂടാരത്തിൽനിന്ന് രക്ഷപ്പെട്ട് ഇബൂബയിലെത്തിയതാണ് മങ്കൻ. സർക്കസിന്റെ ഭാഗമായി തോക്കുപയോഗിക്കാൻ മനുഷ്യർ അവനെ പരിശീലിപ്പിച്ചിരുന്നു.

അതിനാൽ ലവലേശം ഭയമില്ലാതെ അവൻ ആ യന്ത്ര ത്തോക്ക് കൈയിലെടുത്തു. ആകെയൊന്ന് പരിശോധിച്ചശേഷം അകലെനിന്ന ഒരു മരത്തിനു മുകളിലേക്ക് നോക്കി ഉന്നം പിടി ച്ചു.

മറ്റുള്ളവർ വീർപ്പടക്കി നോക്കിനിൽക്കേ കാഞ്ചിയിൽ ഒറ്റ വലി.

"ഠേ...ഠേ..ഠേ..."മരത്തിൽനിന്ന് കുറേ പഴങ്ങൾ താഴേക്കു വീണു.

"ഇങ്ങനെയാണ് വെടിവയ്ക്കുന്നത്." അഭിമാനത്തോടെ പറ ഞ്ഞുകൊണ്ട് മങ്കൻ തോക്ക് നിലത്തുകുത്തി.

"ദാ.... ഈ കുഴൽ കണ്ടോ? ഇതിലൂടെയാണ് വെടിയുണ്ട പുറത്തേക്ക് പാഞ്ഞുപോകുന്നത്. ഈ കമ്പിയിൽ അമർത്തു മ്പോൾ വെടി പൊട്ടും" ട്രിഗറിൽ തൊട്ടുകൊണ്ട് മങ്കൻ പറഞ്ഞു.

"ചിമ്പൂ... അടുത്തുവരൂ...." ചിമ്പു മങ്കന്റെ അടുത്തേക്ക് ചെന്നു.

മങ്കൻ തോക്കെടുത്ത് ചിമ്പുവിന്റെ തോളിലേക്ക് വച്ചു. അക ലെയുള്ള മറ്റൊരു മരത്തിന്റെ കൊമ്പ് ലക്ഷ്യമാക്കി കുഴൽ തിരി ച്ചുവച്ചു. ട്രിഗറിനു മുകളിലേക്ക് ചിമ്പുവിന്റെ വിരൽ ചേർത്തു വച്ചു. പിന്നെ അതിനുമുകളിൽ തന്റെ വിരൽവച്ച് ഒറ്റവലി.

"ഠേ..ഠേ....ഠേ.....ഠേ...." വീണ്ടും വെടിയുണ്ടകൾ പാഞ്ഞുപോയി ഇത്തവണയും കുറേ പഴങ്ങൾ താഴെ വീണു.

"ഇത്രയേയുള്ളൂ കാര്യം." യന്ത്രത്തോക്ക് വളരെ ലാഘവ ത്തോടെ മങ്കൻ കുരങ്ങൾ കൈകാര്യം ചെയ്യുന്നത് കൗതുക ത്തോടെ മറ്റുള്ളവർ നോക്കിനിന്നു.

പേടി മാറിയതോടെ മങ്കന്റെ സഹായമില്ലാതെതന്നെ ചിമ്പു നിറയൊഴിച്ചു. അതു കണ്ടുകൊണ്ട് മറ്റ് കുരങ്ങന്മാരും അടുത്തു കൂടി. അവർക്കും വെടിവയ്ക്കാനുള്ള സൂത്രം മങ്കൻ പറഞ്ഞു കൊടുത്തു.

ഈ സമയത്തെല്ലാം അകലേക്ക് നോക്കി ഗാഢമായ ചിന്ത യിലാണ് ചിമ്പു. അവന്റെ മുഖം കണ്ടാലറിയാം എന്തോ കണ ക്കുകൂട്ടലുകൾ അവന്റെയുള്ളിൽ നടക്കുന്നുണ്ടെന്ന്.

"മൃഗരാജൻ....." ഒടുവിൽ ചിമ്പു സടകന്റെ അരികിലേക്ക് ചെന്ന് ചെവിയിലെന്തോ മന്ത്രിച്ചു.

കേൾക്കെ കേൾക്കേ സടകന്റെ മുഖം കൂടുതൽ ഗാംഭീര്യമു ള്ളതായി മാറി. മനുഷ്യർക്കെതിരെയുള്ള എന്തോ പദ്ധതി തയാ റാവുകയയാണെന്ന് മറ്റുള്ളവർക്ക് മനസിലായി.

ഒരു പ്രത്യേക ശബ്ദമുണ്ടാക്കിക്കൊണ്ട് ചിമ്പു ഏറ്റവും ഉയ രമുള്ള ഒരു മരത്തിലേക്ക് ചാടിക്കയറി. ഏറ്റവും മുകളിലുള്ള കൊമ്പിലിരുന്നുകൊണ്ട് അവൻ വീണ്ടും ആ പ്രത്യേക ശബ്ദം പുറപ്പെടുവിച്ചു.

അൽപ്പസമയം കഴിഞ്ഞപ്പോൾ വനത്തിനുള്ളിൽനിന്ന് വാന രന്മാരുടെ ഒരു സംഘം അവിടെ ഓടിയെത്തി.

"ചിമ്പൂ.... എന്താണ് ഞങ്ങൾ ചെയ്യേണ്ടത്?" വന്നപാടേ വാന രന്മാർ എന്തിനും തയാറായി ചിമ്പുവിനു ചുറ്റും കൂടി. അവനും സുപ്രനും മങ്കനും ചേർന്ന് അവർക്കെല്ലാം എന്തൊക്കെയോ നിർദേശങ്ങൾ നൽകി.

"മൃഗരാജൻ ഞങ്ങൾ പുറപ്പെടട്ടേ...." ചിമ്പു സിംഹരാജന്റെ അനുവാദത്തിനായി കാത്തുനിന്നു.

"സൂക്ഷിക്കണം.... ഏറ്റവും അപകടം പിടിച്ച കാര്യമാണ് നിങ്ങൾ ചെയ്യാൻ പോകുന്നത്. ഒരു ചെറിയ പിഴവ് സംഭവി ച്ചാൽ മതി, എല്ലാവരും കത്തിച്ചാമ്പലാകാൻ." ചിമ്പുവിന്റെ ചുമ ലിൽ തലോടിക്കൊണ്ട് സടകൻ ചിമ്പുവിനെ യാത്രയാക്കി.

ചിമ്പുവിനും സുപ്രനും മങ്കനും പിന്നാലെ വാനരപ്പടയും യാത്രയായി. മരക്കൊമ്പുകൾ മാറിമാറി ചാടിയും വള്ളികളിൽ തൂങ്ങിയാടിയും അവരുടെ ആ യാത്ര അവസാനിച്ചത് മനുഷ്യ രുടെ ടെന്റുകൾക്കു സമീപത്തായിരുന്നു.

"ആരും ശബ്ദമുണ്ടാക്കരുത്." ചുണ്ടത്ത് വിരൽവച്ചുകൊണ്ട്

ചിമ്പു നിർദേശം നൽകി.

സുപ്രൻ പതിയെ മുന്നോട്ടുവന്ന് ടെന്റിനുമുകളിലേക്ക് ചാഞ്ഞുനിന്ന ആ കൊമ്പിലേക്ക് ചാടി തൂങ്ങിയിറങ്ങി. തൊട്ടടുത്ത മറ്റൊരു കൊമ്പിൽ ചിമ്പുവും കയറിക്കൂടി. കാലുകളിൽ തൂങ്ങിക്കിടന്നുകൊണ്ട് പെട്ടി തുറന്ന് തോക്കുകൾ ഒന്നൊന്നായി പുറത്തെടുത്ത് സുപ്രൻ ചിമ്പുവിന് കൈമാറി. ചിമ്പു അത് മങ്കന് നൽകി. മങ്കൻ മറ്റൊരുവന് നൽകി. അങ്ങനെ കൈമാറിക്കൈ മാറി പെട്ടികളിലുണ്ടായിരുന്ന യന്ത്രത്തോക്കുകൾ ഇബൂബയ്ക്കു ള്ളിലേക്ക് പൊയ്ക്കൊണ്ടിരുന്നു.

പതിനൊന്ന്

അർധരാത്രി.

മൃഗങ്ങളുടെ നേതൃത്വത്തിൽ ഒരു വലിയ സേന നദിക്കര യിൽ അണിനിരന്നു. ആയിരക്കണക്കിന് എലികളടങ്ങിയ ഒരു മൂഷിക സേന. കുഞ്ഞന്മാരായ ചുണ്ടെലികൾ മുതൽ ഭീമന്മാ രായ പന്നിയെലികൾവരെ അക്കൂട്ടത്തിലുണ്ടായിരുന്നു.

വളരെ പ്രധാനപ്പെട്ട ഒരു ദൗത്യം നിറവേറ്റുന്നതിനായി പുറ പ്പെടുന്നതിനുള്ള ഒരുക്കത്തിലാണ് മൂഷികന്മാർ. ലക്ഷ്യം ഒന്നു മാത്രം — ഇബൂബയെ മനുഷ്യരുടെ ആക്രമണങ്ങളിൽനിന്ന് രക്ഷിക്കുക.

"അവർ വരുന്നുണ്ട്. എല്ലാവരും തയാറായി നിൽക്കൂ." എലി കളുടെ നേതാവായ മൗസൻ ഉറക്കെ വിളിച്ചുപറഞ്ഞു. നദിയുടെ മധ്യത്തുനിന്നും നിരവധി മുതലകളും ചീങ്കണ്ണികളും അവരെ ലക്ഷ്യമാക്കിവരുന്നുണ്ടായിരുന്നു. അവ കരയോടടുത്ത പ്പോൾത്തന്നെ എലികൾ ഒന്നൊന്നായി അവയുടെ പുറത്തേക്ക് കയറി വരിവരിയായി അച്ചടക്കത്തോടെ ഇരിപ്പായി. അവസാന എലിയും പുറത്തു കയറിയ ഉടൻ മുതലകൾ പുറപ്പെടാൻ തയാ റായി നിന്നു.

"സൂക്ഷിക്കണം. ദുഷ്ടമനുഷ്യർക്ക് യാതൊരു സംശയവും തോന്നരുത്. നിങ്ങളെ ആകർഷിച്ച് കൊലപ്പെടുത്താനുള്ള പല സൂത്രങ്ങളും മനുഷ്യരുടെ പക്കലുണ്ട്. അവയിലൊന്നും ചെന്നു

പെടരുത്. നിങ്ങളുടെ ഈ യജ്ഞം പരാജയപ്പെട്ടാൽ എന്നെ ന്നേക്കുമായി ഇബൂബ നമുക്ക് നഷ്ടമാകും. പക്ഷിമൃഗാദി കളെല്ലാം വെന്തുവെണ്ണീറാകും. എന്തു സഹായത്തിനും പറ ക്കൻ സദാ നിങ്ങളോടൊപ്പം ആകാശത്തുണ്ടാകും." സടകൻ വളരെ പതിഞ്ഞ ശബ്ദത്തിൽ മൗസനോടു പറഞ്ഞു.

"ഞങ്ങൾക്കറിയാം രാജൻ. ഒരു റോക്കറ്റുപോലും ഇബൂബ യിൽ വീഴാൻ ഞങ്ങൾ അനുവദിക്കില്ല. ഞങ്ങളുടെ യാത്ര ഫലമാവു കതന്നെ ചെയ്യും." മൗസന്റെ വാക്കുകളിലെ ദൃഢനിശ്ചയം മറ്റു ള്ളവർക്ക് ആശ്വാസമായി.

"പുറപ്പെടാം." കൈകളുയർത്തി മൗസൻ മുതലകൾക്ക് നിർദേശം നൽകി.

വരിവരിയായി തുഴക്കാർ അണിനിരന്ന ചുണ്ടൻവള്ള ങ്ങൾപോലെ ആ മുതലവാഹനങ്ങൾ മൂഷികരെയും വഹിച്ചു കൊണ്ട് സിനോന ലക്ഷ്യമാക്കി പുറപ്പെട്ടു.

സിനോനിയൻ തീരത്തെത്താറായപ്പോഴേ മൗസനും കൂട്ടരും കണ്ടു — തീരത്ത് തങ്ങളെ കാത്തുനിൽക്കുന്ന ആയിരക്കണ ക്കിന് നാട്ടെലികൾ! വസിക്കുന്നത് നാട്ടിലാണെങ്കിലും കാട്ടി ലുള്ള സ്വന്തം വർഗത്തിന് ഒരാപത്തുവരുമ്പോൾ വെറുതേ ഇരിക്കാൻ അവർക്കാകില്ലായിരുന്നു. കാടിനുവേണ്ടി പക്ഷിമൃഗാദികൾ നടത്തുന്ന പോരാട്ടത്തിൽ പങ്കുചേരണമെന്ന മൂഷികരാ ജൻ മൗസന്റെ സന്ദേശം സുന്ദരിപ്രാവാണ് നാട്ടെലികൾക്ക് നൽകിയത്.

തീരത്തെത്തിയതും മൂഷികരെല്ലാം മുത ലപ്പുറത്തുനിന്ന് കരയിലേക്ക് ചാടിയിറങ്ങി.

"ജോലി പൂർത്തിയാക്കി ഞങ്ങൾ മടങ്ങിവരുംവരെ നിങ്ങൾ നദീമധ്യത്ത് കാത്തുകിടക്കുക. പറക്കന്റെ സിഗ്നൽ ലഭിക്കു മ്പോൾമാത്രം ഇവിടേക്ക് വന്നാൽമതി." മൗസൻ മുതലകളോടു പറഞ്ഞു.

"മൗസാ... സൂക്ഷിക്കണം. യന്ത്രങ്ങളോടാണ് കളിക്കുന്ന തെന്ന് ഓർമവേണം." ഇത്രയും പറഞ്ഞ് മുതലകളുടെ സംഘം നദീമധ്യത്തിലേക്ക് ഊളിയിട്ടു.

"ഇതുവഴി പോകാം." തീരത്തെ മാളം കാട്ടിക്കൊണ്ട് നാട്ടെ ലികൾ മൗസനെയും കൂട്ടരെയും ക്ഷണിച്ചു. അവർ ഒന്നൊന്നായി അതിവേഗം ആ മാളത്തിലേക്ക് കയറി.

കുറച്ചുദൂരം ചെന്നശേഷം മാളം പല ദിശകളിലേക്ക് തിരി ഞ്ഞു. അതിലൂടെ മൂഷികർ ദ്രുതഗതിയിൽ നീങ്ങിക്കൊണ്ടിരു ന്നു. നാട്ടെലികൾ അവർക്ക് വഴികാട്ടിയായി ഏറ്റവും മുന്നിൽനിന്നു നയിച്ചു. ഏറെദൂരം മുന്നോട്ടുപോയവരിൽ ചിലർ തുരന്ന് വെളിയിലേക്ക് ചാടി. മലിനമായ ഓടകളിലൂടെയും മറ്റും അവ പറക്കുകയായിരുന്നു.

ഭൂമിക്കടിയിലൂടെ നാട്ടെലികൾ തീർത്ത തുരങ്കങ്ങൾവഴി അവർ തങ്ങളുടെ ലക്ഷ്യങ്ങളിലേക്ക് വളരെവേഗം അടുത്തുകൊ ണ്ടിരുന്നു. ചില പുതിയ തുരങ്കങ്ങളും അവർക്ക് നിർമിക്കേണ്ടി വന്നു.

ഒടുവിൽ സിനോനയിലെ വിവിധ മിസൈൽ-റോക്കറ്റ് ലോഞ്ചിങ് സ്റ്റേഷനുകളുടെയും യുദ്ധവിമാനത്താവളങ്ങളുടെയും

ആയുധഗോഡൗണുകളുടെയുമൊക്കെ സമീപത്തായി സുരക്ഷി
തമായ ഇടങ്ങളിൽ എലികൾ തങ്ങളുടെ യാത്ര അവസാനിപ്പി
ച്ചു.

മാളത്തിൽനിന്ന് പുറത്തേക്ക് നോക്കിയ മൂഷികർ കണ്ടത്
ഇബൂബയിലേക്ക് തൊടുത്തുവിടാനുള്ള റോക്കറ്റ്–മിസൈൽ
ലോഞ്ചറുകൾ സജ്ജമാക്കി കാത്തിരിക്കുന്ന സൈനികരെയാണ്.
ഉത്തരവ് ലഭിക്കേണ്ട താമസം റോക്കറ്റുകളും മിസൈലുകളും
ഇബൂബയിലേക്ക് മൂളിപ്പറക്കും. അവ ചെന്നു വീഴുന്നിടവും ചുറ്റു
മുള്ള കുറേയധികം പ്രദേശവും കത്തിച്ചാമ്പലാകും. ഒപ്പം അവി
ടെയുള്ള ജീവജാലങ്ങളും.

ഭൂമുഖത്തുണ്ടാക്കിയ ചെറിയ ദ്വാരത്തിലൂടെ കുഞ്ഞെലികൾ
പതിയെ പുറത്തുചാടി. ശബ്ദമുണ്ടാക്കാതെ യുദ്ധോപകരണ
ങ്ങൾക്ക് സമീപത്തേക്ക് ചെന്നു. ശ്വാസം പോലും വിടാനാ
കാതെ ഹൃദയമിടിപ്പോടെ മറ്റുള്ളവർ നോക്കിനിന്നു.

യന്ത്രങ്ങൾക്ക് സമീപത്തെത്തിയ കുഞ്ഞൻ അവയ്ക്ക്
ചുറ്റും ഒന്നു വട്ടം കയറി. പിന്നെ ആദ്യം കണ്ട ചെറുവിടവിലൂടെ
അതിന്റെ ഉള്ളിലേക്ക് കയറി. ആന കരിമ്പിൻകാട്ടിൽ കയറിയതു
പോലെ ആ മിസൈൽ ലോഞ്ചറിന്റെ ഉള്ളിലുള്ള ഇലക്ട്രോ
ണിക് ബോർഡുകളും സർക്യൂട്ട് വയറുകളും സെൻസറുകളു
മെല്ലാം അവർ കരണ്ടു നശിപ്പിച്ചു. രുചിയുള്ള ചിലതൊക്കെ
അകത്താക്കുകയും ചെയ്തു. പിന്നെ തല പുറത്തേക്കിട്ട് മാള
ത്തിനു നേർക്ക് നോക്കി വീണ്ടും അകത്തേക്ക് കയറി.

സൂചന ലഭിച്ചതോടെ മാളത്തിൽനിന്ന് വരിവരിയായി എലി
കൾ പുറത്തേക്ക് ചാടി. അവ സജ്ജമാക്കി വച്ചിരിക്കുന്ന യുദ്ധോ
പകരണങ്ങളുടെ ഉള്ളിലേക്ക് കടന്നുകയറി.

"ഒന്നോ രണ്ടോ പേർ മാത്രം കയറിയാൽ മതി. കൂടുതൽ
മൂഷികർ പുറത്തിറങ്ങിയാൽ മനുഷ്യരുടെ ശ്രദ്ധയിൽപ്പെടും.
പിന്നെയൊരു കാര്യം, കരണ്ടു നശിപ്പിക്കുന്നവയുടെ അവശി
ഷ്ടങ്ങൾ യാതൊരു കാരണവശാലും ഉപകരണത്തിന് വെളി
യിൽ വീഴാതെ ശ്രദ്ധിക്കണം." മൗസൻ കർശന നിർദേശം
നൽകി.

സിനോനയുടെ വിവിധ ഭാഗങ്ങളിൽ ഈ മൂഷികയജ്ഞം
നിറവേറിക്കൊണ്ടിരുന്നു. പന്നിയെലികൾക്കും മറ്റുള്ളവർക്കും

ആയുധ ഗോഡൗണുകളിലായിരുന്നു ഡ്യൂട്ടി.

സജ്ജമാക്കിവച്ചിരിക്കുന്നവ പ്രവർത്തിക്കാതാകുമ്പോൾ ഗോഡൗണുകളിലെ യുദ്ധസന്നാഹങ്ങൾ തേടി അവരെത്തുമെ ന്നതിനാൽ അവിടെയുള്ളവയും കരണ്ടു നശിപ്പിക്കാൻ അവർ തീരുമാനിക്കുകയായിരുന്നു.

എല്ലാ ലോഞ്ചിങ് സ്റ്റേഷനുകളിലും ഗോഡൗണുകളിലും നശീകരണ പ്രവർത്തനം നടത്തിയെന്ന് ഉറപ്പുവരുത്തിയശേഷം മൂഷികസേന തിരികെ നദീതീരത്തേക്ക് തിരിച്ചു.

മണിക്കൂറുകൾ നീണ്ട പ്രയത്നത്തിനൊടുവിൽ മൂഷിക സേന തിരികെ നദിക്കരയിലെത്തി.

"കരയിലേക്ക് ചെല്ലുക. മൂഷികർ കാത്തുനിൽക്കുന്നു." പറ ക്കന്റെ ശബ്ദം കേട്ടയുടൻ മുതലകൾ നദീതീരത്തേക്ക് കുതി ച്ചു.

മൗസന്റെ നേതൃത്വത്തിലുള്ള മൂഷികസൈനികർ നാട്ടെലി കളോട് നന്ദി പറഞ്ഞുകൊണ്ട് മുതലകളുടെ പുറത്തേക്ക് കയറി.

"ഹോ... വയറും നിറഞ്ഞു, കാര്യവും സാധിച്ചു" എന്ന് പറ ഞ്ഞുകൊണ്ട് അവർ മുതലപ്പുറത്തേറി മടക്കയാത്രയായി.

*   *   *   *

"യാതൊരു വിശദീകരണവും എനിക്ക് കേൾക്കണ്ട. ഓരോ തവണയും ഓരോരോ ന്യായങ്ങൾ! റോക്കറ്റുകളൊക്കെ എലി കൾ തിന്നുനശിപ്പിച്ചെന്നുപോലും. പുറത്തുനിന്നും പെട്ടെന്നൊ രാക്രമണമുണ്ടായാൽ ഇങ്ങനെ പറഞ്ഞൊഴിഞ്ഞാൽ മതി യോടോ? ഞാനും താനുമൊക്കെ അഴിയെണ്ണേണ്ടിവരും. ഇനി താൻ കൂടുതൽ കഷ്ടപ്പെടേണ്ട. എന്റെ സേനയിൽ ചുണക്കുട്ടി കൾ വേറയുമുണ്ട് തന്റെ സ്ഥാനം അലങ്കരിക്കാൻ. സ്വർണത്തിന്റെ വീതം വേണെമെന്നു പറഞ്ഞ് ഇനിയിങ്ങോട്ട് വന്നേക്കരുത്." പ്രസിഡന്റ് റിനോച്ച രോഷംകൊണ്ട് വിറച്ചു. റോക്കറ്റ് ആക്ര മണം പരാജയപ്പെട്ടത് അദ്ദേഹത്തിന് സഹിക്കാനായില്ല.

"അത്...സർ..എന്നെയിങ്ങനെ വെറുതെ കുറ്റം പറഞ്ഞിട്ട് ഒരു കാര്യവുമില്ല. ലോകത്തുള്ള എലികളെ മുഴുവൻ ഒറ്റയടിക്ക് കൊല്ലാനുള്ള വിദ്യയൊന്നും ഇതുവരെ കണ്ടെത്തിയിട്ടില്ല. പിന്നെ, സ്വർണത്തിന്റെ കാര്യം..... അതല്ലെങ്കിലും പങ്കുവക്കാ

നൊന്നും എനിക്ക് തീരെ താൽപ്പര്യമില്ല." ജനറൽ ഖുറേഷിയുടെ മുഖത്തൊരു ഭാവവ്യത്യാസം പ്രകടമായി.

"അപ്പോൾ തനിക്ക് സ്വർണം വേണ്ടേ?" റിനോച്ച പരിഹാ സത്തോടെ ചോദിച്ചു.

"എനിക്ക് വേണ്ടെന്നല്ല. അതെല്ലാം എനിക്ക് മാത്രമുള്ള താണ്. പിന്നെ, എനിക്ക് പകരം മറ്റൊരാൾ ജനറൽ സ്ഥാന മേൽക്കാനും പോകുന്നില്ല."

"ഖുറേഷിയാണോ അത് തീരുമാനിക്കുന്നത്? ഞാൻ... ഞാനാണ് സിനോനിയൻ പ്രസിഡന്റ്. സൈന്യത്തെ ആര് നിയ ന്ത്രിക്കണം നിയന്ത്രിക്കണ്ട എന്ന് തീരുമാനിക്കുന്നത് ഞാനാണ്?"

"അതിന് താങ്കൾ ജീവിച്ചിരുന്നിട്ടുവേണ്ടേ?" ക്രൂരഭാവത്തിൽ ചിരിച്ചുകൊണ്ട് ജനറൽ ഖുറേഷി തന്റെ കോട്ടിനുള്ളിൽനിന്നും സൈലൻസർ ഘടിപ്പിച്ച ഒരു റിവോൾവർ വെളിയിലേക്കെടു ത്ത് റിനോച്ചയുടെ നെഞ്ചിനുനേർക്ക് ചൂണ്ടി.

"ജനറൽ ഖുറേഷീ നിങ്ങളെന്താണീ കാണിക്കുന്നത്? തന്നെ ഞാൻ ഇരുമ്പഴി എണ്ണിക്കും." റിനോച്ച എമർജൻസി ബട്ടനരി കിലേക്ക് നീങ്ങി.

"അമർത്തെടോ..... താൻ എത്ര ബട്ടനുകൾ വേണമെങ്കിലും അമർത്തിക്കോ. തന്നെ രക്ഷിക്കാൻ ആരുമിവിടേക്ക് വരാൻ പോകുന്നില്ല. പിന്നെ, നാളത്തെ പ്രഭാതമുണരുന്നത് താങ്കളുടെ മരണവാർത്തയുമായിട്ടായിരിക്കും. കഴിഞ്ഞ ഇരുപത്തി മൂന്ന് വർഷങ്ങളായി സിനോനിയൻ ജനതയെ ദുരിതക്കയങ്ങളിലേക്ക് തള്ളിവിട്ടുകൊണ്ട് ഏകാധിപതിയായി വാണിരുന്ന പ്രസിഡന്റ് റിനോച്ച കൊല്ലപ്പെട്ടിരിക്കുന്നു. അഴിമതിക്കാരനായ റിനോ ച്ചയ്ക്ക് വധശിക്ഷ നൽകിക്കൊണ്ട് സൈന്യം ഭരണമേറ്റെടു ത്തിരിക്കുന്നു. ഇനിമുതൽ ജനറൽ ഖുറേഷിയാണ് സിനോന ഭരിക്കുന്നത്. ഹ...ഹ....ഹ......ഹ....." കൊലച്ചിരിയോടെ ജനറൽ ഖുറേഷി കാഞ്ചി വലിച്ചു.

"ഓ...." ഒറ്റ വെടി. റിനോച്ചയുടെ ഹൃദയം തുളച്ചുകൊണ്ട് ഒരു ബുള്ളറ്റ് പാഞ്ഞുപോയി. അദ്ദേഹം പിന്നിലേക്ക് മറിഞ്ഞു.

ജനറൽ തന്റെ ഫോണെടുത്ത് പ്രൊഫസറുടെ നമ്പരിലേക്ക് ഡയൽ ചെയ്തു.

"ഹലോ പ്രൊഫസർ. താങ്കളെവിടെയാണ്.... ഓ കെ ഞാന ങ്ങോട്ടു വരുന്നു. ഒരത്യാവശ്യ കാര്യമുണ്ട്. കാത്തിരിക്കുക." ഇത്രയും പറഞ്ഞ് ഖുറേഷി ഫോൺ കട്ട് ചെയ്തു.

"ഞാനിതാ വരുന്നു പ്രൊഫസർ..... താങ്കൾക്കും പര ലോകത്തേയ്ക്ക് യാത്രയാകാൻ സമയമായിരിക്കുന്നു. സ്വർണമലയ്ക്ക് ഒരവകാശി മാത്രം മതി." സ്വയം പറഞ്ഞു കൊണ്ട് അദ്ദേഹം കാറിനുള്ളിലേക്ക് കയറി.

പ്രൊഫസറെ തേടി എത്തിയ ഖുറേഷിക്ക് നിരാശയായി രുന്നു ഫലം. കാരണം അതിനുമുന്നേ അദ്ദേഹവും കുടുംബവും യൂറോപ്പിലേക്ക് രക്ഷപ്പെട്ടുകഴിഞ്ഞിരുന്നു. ഉപഗ്രഹങ്ങൾ വഴി ലോകത്തിന്റെ എല്ലാ കോണിലുമുള്ള വിവരങ്ങൾ മനസിലാക്കി യിരുന്ന ബുദ്ധിരാക്ഷസനായ ആ ശാസ്ത്രജ്ഞൻ പ്രസിഡന്റ് റിനോച്ചയുടെ വസതിയിലും ചില രഹസ്യ ഉപകരണങ്ങൾ സ്ഥാപിച്ചിരുന്നു. അതുവഴി അവിടെയുള്ള എന്തുകാര്യവും പ്രൊഫസർക്ക് അറിയാൻ കഴിയുമായിരുന്നു. തന്നെ ഒഴിവാക്കി പ്രസിഡന്റും ജനറലും സ്വർണം പങ്കിട്ടെടുത്താലോ എന്നുള്ള ചിന്തമൂലമാണ് യഥാർഥത്തിൽ ആ രഹസ്യ ഉപകരണങ്ങൾ പ്രസിഡന്റ് കാണാതെ ആ മുറിയിൽ സ്ഥാപിച്ചത്. അതുവഴി പ്രസിഡന്റ് റിനോച്ചയുടെ കൊലപാതകദൃശ്യം തൽസമയം തന്റെ ലാപ്ടോപ്പ് കമ്പ്യൂട്ടറിലൂടെ കാണാനിടയായ പ്രൊഫസർ താനാണ് ഖുറേഷിയുടെ അടുത്ത ഇര എന്നു മനസിലാക്കിയ ഉടൻ രക്ഷപ്പെടുകയായിരുന്നു.

പ്രസിഡന്റിന്റെ അന്ത്യത്തോടെ സിനോനയിൽ അടിയന്ത രാവസ്ഥ പ്രഖ്യാപിക്കപ്പെട്ടു. രാജ്യത്തെ എല്ലാ പ്രധാന വകുപ്പു കളും സൈന്യത്തിന്റെ നിയന്ത്രണത്തിലായി.

ഖുറേഷിയുടെ നിർദേശപ്രകാരം രാജ്യത്തെ സർവ സൈന്യവും ഇബൂബ ലക്ഷ്യമാക്കി പുറപ്പെട്ടു. യന്ത്രത്തോക്കു കളും കവചിത വാഹനങ്ങളും ടാങ്കുകളും പൊടിപറത്തിക്കൊണ്ട് ഇബൂബ ലക്ഷ്യമാക്കി നീങ്ങി. വിവിധ വാഹനങ്ങളിലായി പതി നായിരത്തോളം സൈനികരും കൂട്ടത്തിലുണ്ടായിരുന്നു. തോളിൽ വച്ച് പ്രവർത്തിപ്പിക്കാവുന്ന റോക്കറ്റ് ലോഞ്ചറുകളും അവരുടെ പക്കൽ ഉണ്ടായിരുന്നു. മൃഗങ്ങളെ ജീവനോടെ പിടിക്കുകയെന്ന

ലക്ഷ്യം അവർ ഉപേക്ഷിച്ചുകഴിഞ്ഞിരുന്നു. എങ്ങനെയും ഇബൂബ പിടിച്ചെടുക്കാനാണ് ഖുറേഷി കൽപ്പിച്ചിരിക്കുന്നത്.

  *   **   **   **

"ഇനി നമുക്ക് കൂടുതൽ ആലോചിക്കാനുള്ള സമയമില്ല. ഇബൂബയിലുള്ള എല്ലാ മൃഗങ്ങളും പക്ഷികളും യുദ്ധത്തിനായി തയാറെടുത്തുകഴിഞ്ഞു. ജീവൻ വെടിഞ്ഞും ഇബൂബയെ രക്ഷി ക്കണം. നമ്മുടെ സൈന്യം അതിന് സജ്ജമായിക്കഴിഞ്ഞു." സട കൻ തന്റെ സൈന്യത്തിന്റെ തയാറെടുപ്പുകൾ വീക്ഷിച്ചു.

യന്ത്രത്തോക്കേന്തി നിൽക്കുന്ന വാനരസംഘം. നിറയൊ ഴിക്കാനായി അന്തിമ പരിശീലനം നൽകുന്ന മങ്കൻ കുരങ്ങൾ. മങ്കൻ ചൂണ്ടിയ ലക്ഷ്യത്തിലേക്ക് അവർ ഉന്നം തെറ്റാതെ നിറ യൊഴിച്ചുകൊണ്ടിരുന്നു. അവർക്ക് ഒളിയുദ്ധമുറയുടെ ബാലപാ ഠങ്ങൾ ഓതുന്ന ഗറില്ലകൾ! എണ്ണത്തിൽ കുറവെങ്കിലും കാടി നുവേണ്ടിയുള്ള പോരാട്ടത്തിൽ അവരും അണിചേർന്നു.

സിംഹങ്ങളുടെയും പുലികളുടെയും കടുവകളുടെയും പിന്നിലായി പടച്ചട്ടയണിഞ്ഞ കാണ്ടാമൃഗങ്ങൾ നിരനിരയായി മുക്കറയിട്ടുകൊണ്ടുനിന്നു. അവർക്കു പിറകിലായി കാട്ടുപോ ത്തുകളുടെ ഒരു നീണ്ടനിരതന്നെയുണ്ട്. കഴുതപ്പുലികളും കാട്ടു കുതിരകളും പന്നികളും കരടികളുമൊക്കെ മറ്റൊരു ഭാഗത്ത് തയാറെടുത്തുനിന്നു.

"മസ്തകനും സംഘവുമെവിടെ?" ആനകളെ തിരഞ്ഞു കൊണ്ട് സൂത്രൻ കുറുക്കൻ ചോദിച്ചു.

"അവരെല്ലാം ജിംബിമലമുകളിലാണ്. അവർക്കവിടെ പ്രധാ നപ്പെട്ട ചില കാര്യങ്ങൾ ചെയ്യാനുണ്ട്." കഴുകന്മാർക്ക് ചില നിർദേശങ്ങൾ നൽകിക്കൊണ്ട് പറക്കൻ അറിയിച്ചു.

തുന്നാരൻകിളികൾ ഇലകൾ നെയ്ത് വാനരസൈന്യത്തി നുള്ള യൂണിഫോം തയാറാക്കുകയായിരുന്നു. പച്ചില യൂണിഫോ മണിഞ്ഞ് മരച്ചില്ലകളിലിരുന്നാൽ പെട്ടെന്ന് മനുഷ്യർ തിരിച്ചറി യില്ലെന്ന അറിവ് നിമിഷ നേരം കൊണ്ട് നിറംമാറി ശീലമുള്ള മരയോന്തുകളാണ് അവർക്കു നൽകിയത്. മനുഷ്യരുടെ നീക്ക ങ്ങൾ അപ്പപ്പോൾ അറിയിക്കുന്നതിനായി പക്ഷികളും സജ്ജമാ യിക്കഴിഞ്ഞിരുന്നു.

കോമൻ കഴുതയും കൂട്ടരും പുറത്ത് വലിയ ചുമടുമായി മറ്റൊരു ഭാഗത്തേക്ക് പോയി. മൂങ്ങ വൈദ്യരുമുണ്ട് കൂടെ. മനുഷ്യരുടെ ആക്രമണത്തിൽ പരുക്കേൽക്കുന്ന മൃഗങ്ങളെ ചികിത്സിക്കുന്നതിനായുള്ള കാട്ടുമഞ്ഞളും കാട്ടുതുളസിയും വേപ്പിലകളും മറ്റു പച്ചമരുന്നുകളുമൊക്കെയായിരുന്നു കഴുതകളുടെ പുറത്ത്. വൈദ്യരുടെ സഹായികളായ കൊറ്റികളും കൂട്ടത്തിലുണ്ടായിരുന്നു. മുറിവേൽക്കുന്നവരെ മൂങ്ങവൈദ്യരുടെ സമീപത്തെത്തിക്കുന്ന ചുമതലയേറ്റെടുത്തിരിക്കുന്ന കംഗാരുക്കളും കാട്ടുകുതിരകളും മാനുകളുമൊക്കെ അവിടവിടെയായി അണിനിരന്നു.

തന്റെ സൈന്യത്തിന്റെ ഒരുക്കങ്ങൾ വിലയിരുത്തി സംതൃപ്തിയോടെ നിന്ന സടകൻ ഒടുവിൽ കണ്ടു — പാലം കടന്നെത്തുന്ന അസംഖ്യം സൈനികർ!!! ഒപ്പം എണ്ണമറ്റ ആയുധങ്ങളും.

ഒരു തുറന്ന യുദ്ധത്തിന്റെ ആരംഭമായിരുന്നു അത്.

പന്ത്രണ്ട്

വനത്തിനുള്ളിലേക്ക് ഇരച്ചു കയറിയ സൈനികർക്ക് മുന്നേറ്റം അത്ര എളുപ്പമായിരുന്നില്ല. അൽപ്പദൂരം ചെന്നപ്പോഴതാ മുന്നോട്ടുള്ള കാഴ്ചകളെ മറച്ചുകൊണ്ട് ശക്തമായ ഒരു പുക മറ!

ഇതെന്താണ്? മൂടൽമഞ്ഞോ അതോ കാട്ടുതീ പടർന്ന പുകയോ? ഇങ്ങനെ ചിന്തിച്ചുകൊണ്ട് അവർ അതിനടുത്തേക്ക് നടന്നു.

അപ്പോഴാണ് അവർക്ക് മനസിലായത് — ചിലന്തി വലകൾ!! നിരനിരയായി നെയ്ത ആയിരക്കണക്കിന് ചിലന്തിവലകൾ! കാട് മുഴുവൻ ചിലന്തിവലകൾകൊണ്ട് പുതപ്പിച്ചിരിക്കുന്ന തുപോലെ.

ആദ്യത്തെ അമ്പരപ്പിനുശേഷം വലകൾ പൊട്ടിച്ചുകൊണ്ട് സൈനികർ മുന്നോട്ടു നീങ്ങി. ഒന്നു പൊട്ടിക്കുമ്പോൾ അടുത്ത ത്. അത് പൊട്ടിക്കുമ്പോൾ അടുത്തത്. അങ്ങനെയങ്ങനെ ചില ന്തിവലകളുടെ ഒരു നീണ്ടനിരതന്നെയുണ്ടായിരുന്നു.

വലപൊട്ടിച്ച് മുന്നോട്ടു നീങ്ങിയ പട്ടാളക്കാർ ഇനി എങ്ങോട്ടു പോകണമെന്നറിയാതെ കുഴങ്ങി. കാരണം തൊട്ടുമുന്നിലുള്ള കാഴ്ചകൾ പോലും അവർക്കന്യമായിരുന്നു. ഇടയ്ക്കിടക്ക് മര ങ്ങളിലും പാറകളിലുമൊക്കെ തട്ടി സൈനികർ നിലവിളിച്ചു.

ഴിഞ്ഞിരുന്നു. ദിശാബോധം നഷ്ടപ്പെട്ട സൈനികർ ഇനിയെ
ങ്ങോട്ടു പോകണമെന്നറിയാകെ കുഴങ്ങി. ചിലർ വലകൾ പൊ
ട്ടിച്ച് പൊട്ടിച്ച് തിരികെ പാലത്തിനു സമീപത്തേക്കുതന്നെ എത്ത
പ്പെട്ടു.

"ഫയർ..... " ഇബൂബ ഓപ്പറേഷന്റെ ചുമതലയുള്ള ഓഫീ
സർ ഗത്യന്തരമില്ലാതെ ഉത്തരവിട്ടു.

"രേ...രേ....രേ....." വലകൾക്കുള്ളിൽനിന്ന് വെടിമുഴങ്ങി.

"ആ.....ആ.....അമ്മേ....." വെടിശബ്ദത്തിനൊപ്പം സൈനിക
രുടെ നിലവിളികളും പ്രതിധ്വനിച്ചു.

സഞ്ചാരദിശ മനസിലാക്കാതെ ചിലന്തിക്കൂടുകൾക്കു
ള്ളിൽനിന്നുകൊണ്ട് അവരറിയാതെ പരസ്പരം വെടിവച്ചുകൊ
ണ്ടേയിരുന്നു. നിരവധി സൈനികർ വെടിയേറ്റുവീണു. സൈനി

കരുടെ നിലവിളിശബ്ദം കാടെങ്ങും മുഴങ്ങി. നിരന്തരമായ വെടി
യിലൂടെ ചിലന്തിവലകളെല്ലാം നാമാവശേഷമായി. കാഴ്ച വ്യക്ത
മായപ്പോഴാണ് തങ്ങൾക്ക് പറ്റിയ അബദ്ധം സൈനികർക്ക് മന
സിലായത്. വെടിയേറ്റ് രക്തത്തിൽ കുളിച്ചു കിടക്കുന്ന സഹപ്ര
വർത്തകരെക്കണ്ട് അവർ കരഞ്ഞുപോയി. പക്ഷേ എന്തു സംഭ
വിച്ചാലും പിന്മാറരുതെന്ന കർശന നിർദേശമാണ് അവർക്ക് ലഭി
ച്ചത്.

നിറയൊഴിച്ചുകൊണ്ട് അവർ വീണ്ടും മുന്നോട്ടുനീങ്ങി.

പക്ഷേ കരിയിലകൾക്കിടയിൽ പതുങ്ങിക്കടന്നിരുന്ന രാജ
വെമ്പാലകൾ തലപൊക്കിയത് പെട്ടെന്നായിരുന്നു.

"സ്......സ്....." നാഗങ്ങളുടെ ശീൽക്കാരം അവിടെയെങ്ങും
മുഴങ്ങി.

വർധിതവീര്യത്തോടെ സൈനികരുടെ കാലുകളിൽ ആഞ്ഞു
കൊത്തിയ നാഗങ്ങൾ വേദനകൊണ്ട് പുളഞ്ഞു. കനമേറിയ
തുകൽബൂട്ടുകളിൽ കൊത്തിയ അവയുടെ പല്ലുകൾ കൊഴിഞ്ഞു
താഴെവീണു. രക്ഷപ്പെടാനൊരുങ്ങിയ നാഗങ്ങളെ സൈനികർ
ചവുട്ടിയരച്ചു. വിടർന്നു നിന്ന ഫണത്തിലേക്ക് വെടിയുണ്ടകൾ
പാഞ്ഞുകയറി. ദൂരേക്ക് ഇഴഞ്ഞ് രക്ഷപ്പെടാൻ ശ്രമിച്ച നാഗങ്ങൾ
പൊടിപറത്തിക്കൊണ്ട് പാഞ്ഞുവന്ന യുദ്ധടാങ്കുകളുടെ ചക്ര
ങ്ങൾകയറി അരഞ്ഞുപോയി. മുന്നിൽ കണ്ട മാളങ്ങളിൽ കയറി
രക്ഷപ്പെടാൻ ശ്രമിച്ചവരെ തോക്കിൻകുഴൽ മാളത്തിനുള്ളിലേക്ക്
കയറ്റിവച്ച് സൈനികർ തുരുതുരാ നിറയൊഴിച്ച് വകവരുത്തി.

"എല്ലാവരും ഇഴഞ്ഞ് രക്ഷപ്പെട്ടുകൊള്ളുക." ഉറക്കെ വിളി
ച്ചുപറഞ്ഞുകൊണ്ട് ഇഴഞ്ഞുമാറിയ ഫണകന്റെ ശരീരം അരച്ചു
കൊണ്ട് ടാങ്കുകളുടെ ചക്രങ്ങൾ കടന്നുപോയി.

"രേ.....രേ....രേ.....രേ....." പ്രതിബന്ധങ്ങളെല്ലാം തകർത്തു
കൊണ്ടു മുന്നേറിയ സൈനികർക്ക് പെട്ടെന്നാണ് തിരിച്ചടി നേരി
ട്ടത്.

സർവതും തച്ചുതകർത്ത് മുന്നേറിക്കൊണ്ടിരുന്ന സൈനി
കർ അക്ഷരാർഥത്തിൽ പകച്ചുപോയി. കാട്ടിൽനിന്നും ആരാണ്
തങ്ങൾക്കെതിരെ വെടിയുതിർക്കുന്നതെന്നറിയാതെ അവർ തറ
യിലേക്ക് കമഴ്ന്നുകിടന്നു. വെടിയുണ്ടകൾ എവിടെനിന്നാണ് വരു
ന്നതെന്നറിയാതെ അവർ കുഴങ്ങി.

"അയ്യോ.... അമ്മേ....ആ......" നിലത്ത് പറ്റിച്ചേർന്നു കിടന്നി രുന്ന സൈനികരുടെ പുറത്തുകൂടി വെടിയുണ്ടകൾ തുളച്ച് മണ്ണിൽ തറച്ചു.

പട്ടാളക്കാർ ലക്ഷ്യമില്ലാതെ വെടിവച്ചുകൊണ്ടേയിരുന്നു. പക്ഷേ... പാഞ്ഞുവന്നുകൊണ്ടിരുന്ന തീയുണ്ടകൾക്ക് യാതൊരു മാറ്റവുമുണ്ടായില്ല.

പ്രാണഭീതിയോടെ ചുറ്റും നോക്കിയ അവർ കണ്ടു — മര ച്ചില്ലകളിൽ തങ്ങളെ ലക്ഷ്യംവച്ച് നീണ്ടിരിക്കുന്ന തോക്കിൻകുഴ ലുകൾ!!!!

ഒന്നുകൂടി സൂക്ഷിച്ചു നോക്കിയപ്പോൾ അതാ.... തങ്ങൾക്കു ചുറ്റുമുള്ള മരങ്ങളിലാകെ പച്ചിലകൾകൊണ്ട് ദേഹം മറച്ച് യന്ത്ര ത്തോക്കുമായി വാനരന്മാർ!

അവർ നിഷ്കരുണം താഴേക്ക് വെടിയുതിർക്കുകയാണ്.

ആദ്യത്തെ ഞെട്ടലിൽനിന്നും വിമുക്തരായ ഭടന്മാർ പാറകൾക്ക് പിന്നിൽ മറഞ്ഞിരുന്നു കൊണ്ട് മുകളിലേക്ക് നിറയൊഴിച്ചു.

പാലം കടന്ന് കൂടുതൽ കൂടുതൽ സൈനികർ എത്തിക്കൊണ്ടേയിരുന്നു.

വാനവീരന്മാരും ഗറില്ലകളും വെടി യേറ്റു പുളഞ്ഞു. അവരുടെ ശരീരം മരക്കൊ മ്പുകളിൽ തൂങ്ങി ആടിക്കൊണ്ടിരുന്നു. വീണ്ടും വെടി യുണ്ടകൾ   പാഞ്ഞു   വന്നതോടെ ആ ശരീ രങ്ങൾ താഴേക്ക് വീണു. വാനരന്മാർ മരക്കൊ മ്പിൽത്തന്നെ തൂങ്ങി ക്കിടന്നു.

വിട്ടു കൊടു ക്കാൻ ചിമ്പുവും സുപ്രനും മങ്കനു

മൊന്നും തയാറായിരുന്നില്ല. അവർ കൊമ്പുകൾ മാറിമാറി ചാടി ക്കൊണ്ട് തിരിച്ചടിച്ചു. പക്ഷേ പെട്ടെന്നാണ് എല്ലാം തകിടം മറി ഞ്ഞത്. അവരുടെ തോക്കുകൾ നിശ്ശബ്ദമായി. എന്താണ് സംഭ വിച്ചതെന്നറിയാതെ അവർ പതറിപ്പോയി.

വെടിയുണ്ടകളെല്ലാം തീർന്നുപോയിരുന്നു. ഉപയോഗിച്ചു തീരുമ്പോൾ വെടിയുണ്ടകൾ ലോഡ് ചെയ്യണമെന്ന കാര്യമൊന്നും അവർക്കറിയില്ലായിരുന്നു.

വെടി പൊട്ടാതായതോടെ അവർ അപകടം മണത്തു. രക്ഷ പ്പെടാനായി അവർ അടുത്ത മരങ്ങളിലേക്ക് ചാടി. എന്നാൽ പീര ങ്കികളിൽനിന്നും യുദ്ധ ടാങ്കുകളിൽനിന്നും പാഞ്ഞുവന്ന കൂറ്റൻ വെടിയുണ്ടകൾ മരങ്ങളെ ചുട്ടുകരിച്ചു. അതിലുണ്ടായിരുന്ന കുര ങ്ങന്മാർ കരിഞ്ഞു താഴേക്ക് വീണു. ടാങ്കുകളിൽനിന്നും വീണ്ടും വീണ്ടും അഗ്നിഗോളങ്ങൾ പുറപ്പെട്ടുകൊണ്ടിരുന്നു. വാനരന്മാർ പ്രാണരക്ഷാർഥം വനത്തിനുള്ളിലേക്ക് പലായനം ചെയ്തു.

പക്ഷേ.. രക്ഷപ്പെട്ടവരുടെ കൂട്ടത്തിൽ ചിമ്പു ഉണ്ടായിരുന്നി ല്ല.

അവനെ അന്വേഷിച്ചുപോയ പറക്കൻ ഒടുവിൽ കണ്ടു — വെടിയേറ്റ് രക്തത്തിൽ കുളിച്ച് ഒരു മരക്കൊമ്പിൽ തൂങ്ങിക്കി ടന്നാടുന്ന ചിമ്പുവിന്റെ ചേതനയറ്റ ശരീരം. മരണത്തിൽപ്പോലും അവൻ തന്റെ യന്ത്രത്തോക്കിലെ പിടി വിട്ടിരുന്നില്ല.

കുരങ്ങന്മാരെ വകവരുത്തിക്കൊണ്ട് മുന്നോട്ടുനീങ്ങിയ ടാങ്കു കൾക്കുനേരെ കൂറ്റൻ പാറകൾ ഉരുണ്ടുവന്നു. ഒന്നിനുപിറകേ ഒന്നായി വന്നുകൊണ്ടിരുന്ന ഭീമൻ പാറകളിടിച്ച് ടാങ്കുകൾ തകർന്നു. മലമുകളിൽനിന്നും മസ്തകനും കൂട്ടരും ഉരുട്ടിവിട്ട ഭീമാകാരമായ പാറകൾ പതിച്ച് ടാങ്കുകൾ നിശ്ചലമായി. പാറക ളിൽനിന്നും രക്ഷനേടുന്നതിനായി സൈനികർ കൂറ്റൻ മര ങ്ങൾക്കുപിന്നിലൊളിച്ചു.

അൽപ്പനിമിഷങ്ങൾ കഴിഞ്ഞപ്പോൾ പാറകളുടെ വരവ് നില ച്ചു. പതിയെപ്പതിയെ മരത്തിന് പിന്നിലൊളിച്ചിരുന്നവർ പുറത്തേ ക്കിറങ്ങി.

എന്നാൽ......

മലമുകളിൽനിന്നും പൊടിപടലങ്ങൾ പറത്തിക്കൊണ്ട് ശര വേഗത്തിൽ പാഞ്ഞുവന്ന കാട്ടുപോത്തുകളുടെയും കാണ്ടാമൃ

ഗങ്ങളുടെയും ചവിട്ടേറ്റ് അവരുടെ നെഞ്ചിൻകൂടുകൾ തകർന്നു. താഴെ വീണവരുടെ ശരീരത്തിലാകെ അവയുടെ ബലിഷ്ഠമായ കുളമ്പുകൾ ആഞ്ഞുപതിച്ചു. ആയിരക്കണക്കിന് സൈനികരുടെ ഇടയിലേക്ക് കൂറ്റൻ മൃഗങ്ങൾ അതിവേഗം പാഞ്ഞുകയറി‍ക്കൊണ്ടിരുന്നു. ഒന്നു കാഞ്ചിവലിക്കാനുള്ള സമയം ലഭിക്കു‍ന്നതിനുമുന്നേ ശക്തമായ ചവിട്ടേറ്റ് സൈനികർ നിലത്തേക്ക് വീണു. കരടികളുടെ അടിയേറ്റ് ബോധമറ്റവരും എണ്ണത്തിൽ കുറവായിരുന്നില്ല. പിന്നാലെ എത്തിയ സിംഹങ്ങളുടെയും പുലി‍കളുടെയും കടുവകളുടെയും സംഘം അവരെ കടിച്ചുകീറി. തോക്കുപേക്ഷിച്ച് രക്ഷപ്പെടാൻ ശ്രമിച്ചവർക്കുനേരെ കുറുനരി‍കൾ ചാടിവീണു. വിവിധ മൃഗങ്ങളുടെ സംഘം വീണ്ടും വീണ്ടും വന്നുകൊണ്ടേയിരുന്നു.

പരുക്കേറ്റവരെയുംകൊണ്ട് രക്ഷപ്പെടാൻ ശ്രമിച്ച പട്ടാള‍ക്കാർക്ക് ഒന്നിനും കഴിയാതെപോയി.

"ബ്ഭും" കാടിനെ വിറപ്പിച്ചുകൊണ്ട് അതിശക്തമായ ഒരു സ്ഫോടനമുണ്ടായി.

സൈനികരെ ആക്രമിക്കുന്നതിനായി പാഞ്ഞുവന്ന മൃഗങ്ങ‍ളുടെ ഇടയിലേക്ക് ഒരു റോക്കറ്റ് പറന്നുവീണു.

"ബ്ഭും" വീണ്ടും സ്ഫോടനം.

മാംസക്കഷണങ്ങൾ കരിഞ്ഞ ഗന്ധം അവിടമാകെ വ്യാപി‍ച്ചു.

ഒന്നിനുപിറകേ ഒന്നായി റോക്കറ്റുകൾ വീണുകൊ‍ണ്ടേയിരുന്നു. തോളിൽവച്ച് പ്രവർത്തിപ്പിക്കാവുന്ന റോക്കറ്റ് ലോഞ്ചറുകളുമായി നിരവധി സൈനികർ ഓടിയെത്തി.

സൈനികരുടെ പ്രത്യാക്രമണത്തിൽ മൃഗങ്ങൾ ചിന്നിച്ചിത‍റി. അവർ പ്രാണരക്ഷാർഥം വനത്തിനുള്ളിലേക്ക് പലായനം ചെയ്തു. സൈനികരെ നേരിടാൻ, അവരുടെ തീ തുപ്പുന്ന ആയുധങ്ങളെ നേരിടാൻ തങ്ങൾക്കാവില്ലെന്ന സത്യം അവർ മനസിലാക്കിത്തുടങ്ങിയിരുന്നു.

വെടിയുണ്ട ശരീരത്തിൽ തുളച്ചുകയറിയവർ മുടന്തി മുടന്തി മൂങ്ങവൈദ്യരുടെ അടുത്തേക്ക് പാഞ്ഞു. നീലൻകൊക്കിന്റെ നീള‍മുള്ള കൊക്കുകൾകൊണ്ട് തുളച്ചു കയറിയ വെടിയുണ്ടകൾ തുര‍ന്നെടുത്ത് മൂങ്ങവൈദ്യർ മുറിവിൽ മരുന്ന് വച്ചുകെട്ടി.

മൃഗങ്ങൾ പിന്മാറിയെങ്കിലും വീണ്ടും സൈനികർ ഇബൂബ
യിലേക്ക് എത്തിക്കൊണ്ടേയിരുന്നു. അവർ ജിംബിമലമുകളി
ലേക്ക് കയറാൻ തുടങ്ങി.

ജിംബിമലമുകളിലെത്തിയതോടെ ഇബൂബയുടെ ഭൂരിഭാ
ഗവും അവരുടെ ദൃഷ്ടിപഥത്തിനുള്ളിലായി. പ്രാണരക്ഷാർഥം
ഓടുന്ന മൃഗങ്ങളെ ദൂരദർശിനികളിലൂടെ കണ്ട് അവർ അട്ടഹ
സിച്ചു ചിരിച്ചു.

നിലത്തുവച്ചിരുന്ന ലോഞ്ചറുകളെടുത്ത് അവയ്ക്കുനേരെ
അവർ റോക്കറ്റുകൾ വിക്ഷേപിച്ചു. കിറുകൃത്യമായി മൃഗങ്ങൾക്കി
ടയിലേക്ക് അവ പതിച്ചു. അവയുടെ ശരീരം ഛിന്നഭിന്നമായി
തെറിച്ചുവീണു. രക്ഷപ്പെട്ടവരെ ലാക്കാക്കി വീണ്ടും റോക്കറ്റുകൾ
പറന്നു വന്നു. കുറച്ചുപേർ ഗുഹകളിൽ അഭയം തേടി. എങ്ങും
ഒളിക്കാനിടമില്ലാതെ ഗജവീരന്മാർ ഗുഹകൾക്കു മുന്നിൽനിന്ന്
ചിന്നംവിളിച്ചുകൊണ്ടിരുന്നു. അവശേഷിച്ചവർ അകലേക്ക്
പാഞ്ഞുപോയി.

റോക്കറ്റുകൾ തങ്ങളുടെ ജീവനെടുക്കുമെന്ന് എല്ലാവർക്കും
ഉറപ്പായി. സടകനും വീരൻകരടിയും ചീറ്റനുമെല്ലാം ഒരേ ഗുഹ
യിൽത്തന്നെയായിരുന്നു അഭയം തേടിയത്. ആർക്കും ഒന്നും
പറയാനാകുന്നില്ല. തങ്ങൾ പരാജയപ്പെട്ടുവെന്ന് അവരുറപ്പിച്ചു.

റോക്കറ്റുകളുടെ വരവ് നിലച്ചു. പക്ഷേ ഗുഹയിൽനിന്നും
ആരും പുറത്തിറങ്ങിയില്ല. അകലെനിന്നുകൊണ്ട് സൈനികർ
തങ്ങളെ കണ്ടാൽ വീണ്ടും റോക്കറ്റുകൾ വന്നു പതിക്കുമെന്ന
ഭയം അവരെ ഗ്രസിച്ചിരുന്നു.

യുദ്ധത്തിന്റെ ഭീകരതയോ വനനശീകരണത്തിന്റെ പ്രത്യാ
ഘാതമോ ഒന്നുമറിയാത്ത പാവം കുഞ്ഞൻ കരടി വിശപ്പ് സഹി
ക്കാനാവാതെ ഗുഹയിലാകെയൊന്നു പരതി. പക്ഷേ അവന്
ഒന്നും ലഭിച്ചില്ല. അപ്പോഴാണ് ഒരു മരത്തിൽ തൂങ്ങിക്കിടക്കുന്ന
തേൻകൂട് അവന്റെ ദൃഷ്ടിയിൽ പെട്ടത്.

അമ്മക്കരടിയുടെ വിലക്കിനെ അവഗണിച്ചുകൊണ്ട് തേനെ
ടുക്കുന്നതിനായി അവൻ ആ മരത്തിലേക്ക് വലിഞ്ഞുകയറി.

രക്ഷപ്പെടാനുള്ള മാർഗമാലോചിച്ച് ആകാശത്തേക്ക് കണ്ണും
നട്ടിരിക്കുമ്പോഴാണ് മരത്തിൽ തേനീച്ചക്കൂടിനടുത്തിരിക്കുന്ന
കുഞ്ഞൻകരടി സടകന്റെ കണ്ണിൽ പെട്ടത്.

ഒരു നിമിഷം
സടകന്റെ കണ്ണിലൊരു തിളക്കമുണ്ടായി.

*   *   *   *

ഇബൂബയിൽ സൈനികർ വിജയത്തിന്റെ വക്കിലെത്തി യെന്ന അറിയിപ്പ് വന്നതിനു തൊട്ടു പിന്നാലെയെത്തിയ ഫോൺ കോൾ ജനറൽ ഖുറേഷിയെ അക്ഷരാർഥത്തിൽ ഞെട്ടിച്ചുകള ഞ്ഞു. വെപ്രാളത്തോടെ അയാൾ മുന്നിലിരുന്ന ടെലിവിഷൻ ഓൺ ചെയ്ത് ഒരു അന്താരാഷ്ട്ര ചാനൽ സെലക്ട് ചെയ്തു.

അതാ... പ്രൊഫസർ കാമറൂൺ!!! യൂറോപ്പിലേക്ക് രക്ഷപ്പെട്ട പ്രൊഫസർ മാധ്യമങ്ങൾക്കു മുന്നിൽ ആ രഹസ്യങ്ങൾ വെളി പ്പെടുത്തുന്നു!!!

ഇബൂബയിലെ സ്വർണമലയും അവിടെനടക്കുന്ന വനനശീ കരണവും മാത്രമാണ് പ്രൊഫസർ വെളിപ്പെടുത്തുന്നതെന്ന് കരു തിയ ജനറൽ ഞെട്ടിപ്പോയി.

പ്രൊഫസറുടെ ലാപ്ടോപ്പിലെ വീഡിയോ ക്ലിപ്പിൽ അതാ പ്രസിഡന്റ് റിനോച്ചയുടെ കൊലപാതകദൃശ്യം. താൻ റിനോ ച്ചയെ നിറയൊഴിക്കുന്ന രംഗം!!!

ഭീതിയോടെ അയാൾ ടെലിവിഷൻ ഓഫ് ചെയ്തു.

അപ്പോഴതാ സ്വസ്ഥത നഷ്ടപ്പെടുത്തുന്ന വാർത്തയുമായി അടുത്ത ഫോൺ കോൾ.

സിനോനയിലെ ജനങ്ങൾ സംഘടിച്ചിരിക്കുന്നു. ടെലിവിഷൻ ചാനൽ വീക്ഷിക്കുകയായിരുന്ന ലക്ഷക്കണക്കിനുപേർ ജനറൽ ഖുറേഷിയുടെ വസതിയിലേക്ക് മാർച്ച് ചെയ്യുന്നു!!!

"ഈ ജനങ്ങൾക്കെന്താണ് കുഴപ്പം? ആര് ഭരിച്ചാലും കാട് നശിച്ചാലും അവർക്ക് അവരുടെ കാര്യങ്ങൾ നടന്നാൽ പോരേ? എന്തിന് വെറുതെ ഇങ്ങോട്ടെഴുന്നള്ളുന്നു? അടിച്ചോടിക്കണം എല്ലാറ്റിനെം. പ്രതിഷേധം പോലും പ്രതിഷേധം." – ജനറൽ ഉടൻതന്നെ ഫോണെടുത്ത് സൈന്യത്തിലെ ഒരുന്നത ഉദ്യോഗ സ്ഥനെ വിളിച്ചു. ജനങ്ങളുടെ റാലിയെ ഏതുവിധേനയും അടി ച്ചമർത്തണമെന്ന കൽപ്പന നൽകി.

"ശരി സർ" എന്നാണ് ആ സൈനികോദ്യോഗസ്ഥൻ മറു പടി നൽകിയതെങ്കിലും ഇനിയും സിനോനിയൻ ജനതയെ

ദ്രോഹിക്കാൻ ഒരുക്കമായിരുന്നില്ല നല്ലവനായ ആ സൈനിക ഓഫീസർ. ഖുറേഷിയുടെ യഥാർഥമുഖം ടെലിവിഷനിലൂടെ ദർശിച്ച അദ്ദേഹം ഇബൂബയിൽ നടക്കുന്ന ആക്രമണത്തിനു പിന്നിലെ ഗൂഢലക്ഷ്യവും മനസിലാക്കിക്കഴിഞ്ഞിരുന്നു. സ്വന്തം നേട്ടത്തിനുവേണ്ടി സൈനികരുടെയും പാവപ്പെട്ട സിനോനിയൻ ജനതയുടെയും ജീവന് വിലകൽപ്പിക്കാത്ത ഖുറേഷിയുടെ വിധി ജനങ്ങൾതന്നെ എഴുതട്ടെയെന്നു കരുതി അയാൾ നിഷ്ക്രിയ നായിരുന്നു.

അക്രമാസക്തരായ സിനോനിയൻ ജനത തന്റെ വസതിക്ക് സമീപമെത്തിക്കഴിഞ്ഞ വിവരം ജനറൽ ഖുറേഷി അറിഞ്ഞില്ല. അവരെ തടയാനും ആരുമുണ്ടായിരുന്നില്ല.

*   *   *   *

അൽപ്പസമയത്തെ വിശ്രമത്തിനുശേഷം വീണ്ടും റോക്കറ്റാ ക്രമണത്തിന് തയാറെടുക്കുകയായിരുന്നു സൈനികർ ജിംബിമ ലമുകളിൽ.

അപ്പോഴാണ് അവർ ശ്രദ്ധിച്ചത്.

ഒരിരമ്പൽ!

അത് അടുത്തടുത്തു വരുന്നു.

മഴയാണോ? അവർ ആകാശത്തേക്ക് നോക്കി. ഇല്ല. മഴയുടെ യാതൊരു ലക്ഷണവുമില്ല.

പിന്നെന്താണീ ശബ്ദം? അവർ പരസ്പരം നോക്കി.

ശബ്ദത്തിന്റെ ഉറവിടമന്വേഷിച്ച അവർ കണ്ടു, അങ്ങകലെ നിന്നും കരിമേഘങ്ങളുടെ ഒരുകൂട്ടം.

അത് അടുത്തടുത്ത് തങ്ങളുടെ നേർക്ക് വരികയാണെന്ന് അവർക്കു തോന്നി.

അതെന്താണെന്ന് തിരിച്ചറിയുംമുന്നേ കടന്നലുകളുടെ ശക്ത മായ കുത്തേറ്റ് അവർ പുളഞ്ഞു. ഇബൂബയിൽ വസിച്ചിരുന്ന കോടാനുകോടി കടന്നലുകൾ!! ഒപ്പം വൻതേനീച്ചകളും വണ്ടു കളും.

ഒന്നു നിലവിളിക്കാൻ കഴിയും മുൻപേ അവയുടെ കുത്തേറ്റ് സൈനികർ നിലത്തുവീണു.

തലങ്ങും വിലങ്ങും ആക്രമിച്ചുകൊണ്ടിരുന്ന കടന്നൽ സേനയെ വെടിവയ്ക്കാൻ പോലുമാകാതെ നിലവിളിച്ചുകൊണ്ട

വർ മലമുകളിൽ നിന്നും താഴേക്ക് പാഞ്ഞു. നിറയൊഴിച്ചവർ വീണ്ടുമ തിനു ശ്രമിക്കാതെ മറ്റുള്ളവരുടെ പിന്നാലെ പാഞ്ഞു. കടന്നലുകൾക്കെതിരെ വെടിയു ണ്ടകൾക്ക് എന്തു ചെയ്യാൻ പറ്റും? വന്നതി നേക്കാൾ വേഗത്തിൽ അവർ തിരിഞ്ഞോടി. മിക്കവരുടെയും ശരീരഭാഗങ്ങൾ കുത്തേറ്റ് വീർത്തിരുന്നു. ടാങ്കുകളുടെ കുഴലിലൂടെ ഉള്ളിലെത്തിയ കടന്നലുകൾ അകത്തിരുന്ന സൈനികനെ ആക്രമിച്ച് പുറത്തുചാടിച്ചു.

സൈനികരുടെ യൂണിഫോമിന്റെ നേരിയ വിടവുകൾക്കിടയിലൂടെ കടന്നുകയറി കടന്നലു കൾ ആക്രമിച്ചുകൊണ്ടിരുന്നു. ഗത്യന്തരമി ല്ലാതെ കുറേപ്പേർ നദിയിലേക്ക് ചാടി. അവി ടെയും രക്ഷയില്ലായിരുന്നു. കാത്തുനിന്ന പിരാന മത്സ്യങ്ങൾ അവരെ വകവരുത്തി. പിരാ നകളുടെ ആക്രമണത്തിൽനിന്ന് രക്ഷപ്പെട്ട് കരയ്ക്കെത്തിയവരെ കടന്നൽപറ്റ

ങൾ വീണ്ടും ആക്രമിച്ചു.

അടിയന്തര സഹായമഭ്യർഥിച്ചുകൊണ്ട് അവർ വിട്ട മെസേ ജുകളൊന്നും ലക്ഷ്യത്തിലെത്തിയില്ല. പറന്നുനടന്നിരുന്ന ആയി രക്കണക്കിന് വാവലുകൾ പുറപ്പെടുവിച്ച അൾട്രാസോണിക് തരം ഗങ്ങൾ അവരുടെ വാർത്താവിനിമയ തരംഗങ്ങളെ ജാം ചെയ്തു കളഞ്ഞു.

മനുഷ്യർ തോറ്റോടുന്ന വാർത്തയറിഞ്ഞ പക്ഷിമൃഗാദികൾ തിരികെ പാഞ്ഞുവന്നു. കടന്നലുകൾക്കൊപ്പം മൃഗങ്ങളുടെ ആക്ര മണം കൂടിയായതോടെ സൈനികർ പ്രാണരക്ഷാർഥം വാഹനങ്ങൾക്കുനേരേ കുതിച്ചു പാഞ്ഞു.

നിമിഷങ്ങൾകൊണ്ട് ഇബൂബ വിജനമായി. അവസാനത്തെ സൈനികനെയും തുരത്തിയശേഷവും കടന്നൽസേന അവിടെ ത്തന്നെ പറന്നുകൊണ്ടിരുന്നു. ചിലർ പറ്റം ചേർന്ന് മരക്കൊ മ്പിൽ തൂങ്ങിക്കിടന്നു.

ജനറൽ ഖുറേഷിക്കുള്ള ശിക്ഷ ജനങ്ങൾ വിധിച്ചു കഴിഞ്ഞി രുന്നു. തലസ്ഥാനനഗരിയിൽ സജ്ജമാക്കിയ തൂക്കുമരത്തിൽ പരസ്യമായി ഖുറേഷി തൂക്കിലേറ്റപ്പെട്ടു.

സിനോനിയൻ ജനതയ്ക്കുവേണ്ടി റിനോച്ചയോടും ഖുറേ ഷിയോടും വർഷങ്ങളായി പോരാടിക്കൊണ്ടിരുന്ന വിമത നേതാ വ് സോസോബയെ പുതിയ രാഷ്ട്രത്തലവനായി ജനങ്ങൾ തിര ഞ്ഞെടുത്തു.

"വനങ്ങൾ ഭൂമിയുടെ വരദാനമാണ്. അവ നശിപ്പിക്കപ്പെടാ നുള്ളവയല്ല. വനങ്ങളെ നിലനിർത്തൂ.. ഭൂമിയെ സംരക്ഷിക്കൂ. മനുഷ്യർക്ക് നാടെന്ന പോലെ കാട് മൃഗങ്ങളുടെ തറവാടാണ്. അവിടെ അവർ സ്വതന്ത്രമായി വിഹരിക്കട്ടെ. അവരും ഭൂമിയുടെ അവകാശികളാണ്. " യുദ്ധം അവസാനിപ്പിച്ചുകൊണ്ട് പുതിയ ഭരണാധികാരി പ്രഖ്യാപിച്ചു.

നഷ്ടപ്പെട്ട വൃക്ഷലതാദികൾക്ക് പകരം പുതിയവ നട്ടുനന ച്ചുകൊണ്ട് വനമഹോത്സവാഘോഷങ്ങൾക്കായി ഒരുങ്ങുകയാ യിരുന്നു ഇബൂബയപ്പോൾ.